MALEZI YALIYO
NA
HIZIA NJEMA

DR. ROY W. HARRIS

KINACHO ELEKEZA MALEZI BORA

I0202030

MALEZI YALIYO NA HISIA NJEMA

DR. ROY W. HARRIS

Copy ya mwandiko 2017.

Na
Dr. Roy W. Harris
ISBN 978-0-9972816-6-8
cava Nyepesi

Hakuna sehemu ya kitabu hichi   inaweza kwendelezwa au kugeuzwa katika mtindo wowote ule au kwa njia yoyote ile, kielectronia au kiufundi, ikichumuhisha kuchapisha, kurekodi au kwa habari zozote za kuwekwa na mtindo wowote ule pasipo ruhusa ya mwandishi.

Kitabu hiki kilichapishwa mwaka wa Marekani.
Itisha kupitia mtandao huu
Roy Harris Ministries
906 Casttle Heights 37087
Roy@royharris.info
615-351-1425
www.royharris.info

Mtafsiri ni *Pastor Anthony Lusichi Mbukhitsa*
SLP 4727-30100
ELDORET KENYA
Number ya simu + 254728002508

Kuhusu muhandishi

Dr. Roy W.Harris akiwa mzoefu wa miaka mingi ya ulezi katika kurasa za malezi ukiwa katika hisia njema.

Amewalea mamia ya wanafunzi wakati wa miaka 16 akiwa katika taaluma ya usimamishi kwenye chuo cha Welch maeneo ya Nashville, TN.

Dr. Harris ni mtumishi aliyetiwa mafuta na mchungaji akiwa amesimamia makanisa kule North Carolina, Georgia, Tennesse na Kuntucky. Alisimamia na kulea wafanyi kazi mmoja hadi ishirini na nne.

Anaendelea kuwalea vijana na wazee kote kote Marikani na ngambo ya bahari nchini Kenya, Tanzania, na Uganda.

Dr. Harris amehitimu katika sgahada la Bachela of Arts na la master kuhusiana na huduma kutoka chuo cha Welech na pia Dactary katika shahada la phylosophia katika taaluma na h u duma ya uchungaji, kutoka Theologia ya seminary ya Trinity.

Mwongozo Wa Maelezo

Utangulizi

KIMEUNGWA MKONO NA WATU WALE ALIYEWALEA ROY

Katika hali hii ya kulea ukiwa katika hisia njema, Dr. Harris na uchuzi aliyo nayo kuhusu malazi au kulea pongezi kwake akiwa mwanafunzi katika chuo cha Walch.. Kitabu hichi kinahitajika sana hasa leo ikiwa makanisa na jamii yanafanikiwa, wanapaswa kujiunga katika kanuni hii ya ulezi uliyoelezewa kwenye kitabu hichi. Kwa kweli utafurahia kusoma kitabu hiki nami ninakiunga mkono ukisome".

Dr. Eddie moody, mwenyekiti wa idara ya ushauri kule North Carolina chuo central na mchungaji wa kanisa la Tippet's chapel.

Kuna utofauti mkubwa sana kuhusu hali ya kuandika mambo kuhusu hali ya kuandika mambo kuhusu malezi na kuyaweka katika matendo. Dr. Roy Harris amehitimu vyema kuandika kuhusiana na somo hili. Amefaulu kuwalea vijana wengi wasiohesabika katika karne yake ya huduma mimi ni mmoja wa wale aliye walea. Amekuwa mlezi wangu hasa saidi ya miaka 28. Dr. Harris amedhihirisha kanuni ya kukubalika inayofanya kazi katika mtazamo huo wa maisha na huduma. Yeyote ule anayetazamia kuongoza wengine atafanya vyema kusoma na kuifadhi hali ile ya ulezi ukiwa na hisia njema.

Kasisi Tim Campbell. Mkrugenzi mkuu wa Arkansas state shirika la free will Baptist.

Kukisoma kitabu ni jambo moja, na kumfahamu mwandishi ni jambo linguine Dr. Roy Harris alikuwa mlezi wangu wakati nilipo kuwa na wakati mgumu kuhusiana na hali yangu ya kiroho na kitaluma. Mimi nilihisi na kujifunzi kwa Dr. Harris" mtazamo wake wa kihisia katika ulezi ilifanya mapadiliko makubwa ndani ya maisha yangu. Mchungaji Stewart Allen Clark.

UTANGULIZI

Ufafanuzi mwepesi kuhusu ulezi ni mshauri anayeaminika, na mwalimu kulingana na tafsiri ya oxford. Etimologia wengi wana elezea chanjo cha mlezi, Tabia kwa Horners Odyssey. Aliyekuwa rafika wakutumainiwa wa Odysseus.

Neno mlezi, katika karneya sasa, kwanza ilitazamwa katika mapema karne17. Imekipana na marekebisho makubwa miaka kumi iliyopita au saidi na sasa ni kuna lugha na tamko tofauti sinazo Nnenwa ulimwenguni.

Hakuna jambo lililo mpya kuhusiana na malezi. Walezi, walilea na watu wakipokea malezi yalianza wakati wa kwanza watu walipoanza kutembea ulimwenguni.

Tabia ya walezi, na njinsi wale walio wanafunzi jinsi wanavyopokea malezi, na mbinu inayochukuliwa na kuelekezwa na walezi wote uchangia ufanisi au kushindwa kuhusiana na mwondoko wa ulezi au mwenendo.

Watu wengi ni egezo la kijumla kuhusiana na (ulezi) ambayo watu wengine wanamimina maishani kwa sababu yakile watu walipanda maishani mwako na kudhania kuwa utafanyika.

Tuna majukumu kupeana katika hali ya kuongeza ndani ya maisha ya wengine na kuwasaidia wawe watu Mungu alikusaidia wawe.

Mwandishi huyu alipeana halihii ya kulea kwa kuwaelekeza wengine na kusababisha mbinu inayofaa kuleta na kufanyika walezi wanao fanikiwa.
Kitabu kinachukua mwelekeo ambao mtu yeyote yule anaweza kuelewa na kufahamu hatua kwa hatua katika barabara ya ulezi.

Malezi yanaitaji muda wa kuegeza, Talanta, na hasina, lakini matokeo ni pora sana kuliko kuegeza. Malezi ya wakati wote upokee hasa kama sio mengi kuhusiana ulezi kwa wengine hasa wale wanaopokea ulezi.

Soma kitabu hiki ukiwa katika hali ya maombi, tamanio la kuegeza katika maisha ya wengine, na kuwa tayari kujifunza, utaweza kushangaa kuhusiana na kile Mungu atafanya na pamoja kukupitia wewe na uguzo wa ajabu utakao wekeza katika maisha yaw engine.

Mlango Wa 1
NI NANI ALIYE KULEA?

Nilianza kazi yangu ya kwanza nikiwa na miaka 13 ilikuwa ni kupeana magazeti kwenye boma kwa majirani wangu, nikijifunza mambo ya msingi kuhusu kupata pesa na majukumu. Anderson, Indaina, palikuwa ni mahali pazuri pakukua katika mji mkuu wa mid-western.

Nikiwa na miaka 16 mali yangu katika hoteli ya fast food restaurant inayoitwa Burger chef, ilianza na kupanguza vyumba vya kulala, kumwaga kupanguza salafu, nakadhalika. Kwa haraka nikapanda ngazi ya kazi nirudi kwa mstari wa nyuma wa kutengeza sandwiches anda vikarungo vya kifaransa. Nikapandiswa cheo kwenye mstari wa mbele nikichukua ordha ya wateja.

Nikiwa na miaka 17 nilipandishwa cheo kuwa mkurugenzi na kasha mkurugenzi wa usiku. Machukumu yangu yalijumlishwa lakini haikuwa na kipimo cha kusimamia waajiriwa hadi wanane kwa wakati mmoja, nikisimamia maelfu ya madola kwa Benki. Nilikuwa salama nikielekea katika barabara ya ufanisi nikiwa mdogo.

Niliweka pesa zangu, nikanunua gari langu. Nilinunua mavazi yangu naniliendelea vyema kwa umri wangu.

Siku moja nilipokea simu toka kwa mchungaji wangu, kasisi Ed Haryis. Nilikuwa sijawahi kupokea simu kutoka kwa mchungaji hapo awali, kwa hivyo naliogapa na kuwa na hofu nyingi mama yangu aliponipa simu. Sauti toka upande ule mwingine ilikuwa wazi naya kimsingi.

Mchungaji wangu alinuiliza ikiwa nitaweza kukutana naye kanisani asubuhi mapema kabla ya ibaada? Alisema ana jambo anataka ashiriki name. Nilikubali kukutana naye lakini nilikuwa na uoga mwingi moyoni kwa kuwa sikuelewa kile alitaka kusema.

Nilipofika kanisani, alikuwa akiningojea ofisini. Utaamini kile aliniambia nakile alinielezea.

Na mwisho wa mlango huu, nitawaelezeeni yaliyotukia kwenye ofisi siku hiyo na jinsi alivyo athiri maisha yangu na inaendelea kuadhiri maisha yangu hata leo.

Nikiuliza ninani aliadhiri maisha yako na kukusaidia kuwa aina ya mtu jinsi nilivyo sasa, ambaye angeliingia katika maisha yangu kwa gafla? Gerge eliot alisema: Ameparikiwa hasa hisia na mfuto wa kweli kwa mtu wa upendo kwa mwingine"

Oprah Winfrey alifikiwa kiutele na mwalimu wake wa gradi ya nne, Mary Duncan. Winfrey alimpongeza Bii Duncan aliyekuwa na mfuto mkubwa sana maishani. Mimi siye Oprah Winfrey lakini alitoa tandazo kuhusu walezi na wanaolewa hiyo inafaa marudio

Mlezi ni Yule anayeruhusu wewe uone tumaini ndani yako mwenyewe. Mlezi ni Yule anayekuruhusu ujue kuwa aijaloshi usiku ni mweusi kiasi gani, lakini furaha uja asubuhi.

Mlezi ni Yule anakuruhusu uone kiwango cha juu cha maisha yako hata kama wakati mwingine imejificha kuhusiana na mtazamo wako. Sidhani kuwa mtu ufaulu ulimwenguni pasipo kupata mlezi. Nasi zote ni walezi kwa watu, Ata wakati utufahamu.

Tuko jinsi tulivyo kwasababu kuna mtu aliadhiri au kuelekeza maisha yako naya wengine. Inawezekana tusiwe na ufahamu mkuu kuhusu jinsi tumelelewa. Sababu inayosababisha kwa nini tunafanya vitu maishani wakati mwingi uanzia kwenye mizizi kutokana na wale waliokulea na jinsi walivyo enenda.

Sisi zote tunamajukumu ya kuwafuatia na kuadhiri maisha yawengine. Tunadeni kuhusiana na kile tunapokea kwa wengine natunaweza kuwa umepita tangu uwafikiria mawazoni, lakini sisi zote tunawatu walioadhiri maisha yetu.

Waliona kitu cha dhamana ndani yetu na kuegeza mda wao, ujuzi wao na hekima, ilikuwatayari.

Wakiminina maishani mwetu mtiririko toka maishani mwao. Walikuwa na pia ni walezi wetu.

Kitabu hiki kilikuwa bora kipeanue kwa wale waliokuwa walezi wangu na kuendelea kuadhiri na kufika maisha yangu. Kitabu kilichopeanwa kwa hao wapendwa kingelikua cha umuhimu na udhamana na furaha ya kuandika, lakini haungeliweza kuwafahamu wao na ubora ungelikuwa kwako wewe.

Nitawataja baadhi ya watu hao kwenye kitabu hiki na tena wengine walio mfano wa kuigwa katika ulezi nitachora kanuni, maoni, na somo kutokana na mifano yao na maisha yaapinafsi niliyo nayo na ujuzi kama mlezi kudhihirisha nidhamu ya kiroho na kiasili ya kIkristo na kukomaa katika kufikia kiwango cha ulezi kwa siku za uzoni.

Basi tukirejea mchungaji pamoja nami kwenye ofisi mwana wa mchungaji wangu, Keith Hargis, nami tulikuwa marafiki wazuri sana. Alipangilia maisha yake kwa ajili ya siku za usoni baada ya siku zake za shule ya upili angalijiunga na chuo cha Welch (mapema iliitwa Free will Baptist College) kule Nashville, TN, na hata hivyo kufuata nyayo za baba yake kama mhuduma.

Keith pamoja nami tulikuwa tukiwachumbia wasichana walio kuwa wakiishi Wabash, IN, kwenye mji baada ya lisa moja kule kaskazini ya kule tulimoishi kule Anderson. Baba yangu angeniruhusu nifanye kazi Jumapili.

Aliamini kuwa kufanya kazi Jumapili ni kufunja maagizo ya Mungu yakutunza siku ya Bwana iwe takatifu, alichunguza yeye pinafsi na kusisitiza kuwa nasi tuieshimu mimi na ndugu yangu.

Bwana wangu katika mkahawa wa Durgerchef aliniita akiwa na chambo la dharura Jumapili moja asubuhi na kunisihi mimi nifanye kazi hasa kwa masaa machache.

Siwezi kukumbuka jambo la dharura lilikuwa nini, lakini hata hivyo baba yangu aliruhusu na kusema huu ni wakati wa mwisho sidhani kuwa nitakupa nafasi tena. Nilipanga kusafiri pamoja na Keith hadi wapash na tukaudhuria ibada pamoja na marafiki wetu wa kike Jumapili hiyo asubuhi.

Nilifanya kazi ya shift wakati mwingi mradi tu baba alikuja na kuniambia kulikuwa na jambo la dharura na mimi niliitaji kuja nyumbani.

Siku yangu Bwana wangu alimwita

mhajiriwa mwingine ambaye alipaswa kuwa kwenye shift ya usiku ili aniwezeshe kupumzika. Nilienda nyumbani nikatazamia kusikia habari kumhusu mmoja wa jamii aliyesikika kuwa alifariki katika kule nilikuta kuwa nijambo linguine tofauti sana.

Baba yangu alishiriki nami kuwa rafiki yangu Keith amekwisha kuhuwawa akiwa njiani kuelekea Wabash. Wazi ni kwamba gari lilimgonga toka mbele yake.

Alijaribu kuliepa lile gari na kasha gari lake likapingirika na kumtupa nje ya gari lake mwenyewe rafiki yangu mwema alifariki.

Niko kwenye ofisi pamoja na mchungaji wangu baba wa rafiki yangu mwema miezi mingi iliyopita alisema nini na jambo hilo limedhiri maisha yako hadi leo.

Aliniambia: Roy unapangia kuendelea kutengeza Humbagas maisha yako yote? Ninaamini kuwa Mungu anakazi nyingine ikupasayo ufanye. Ninaonajambo na kitu Mungu anataka kutumia kutoka kwako. Ninataka wewe uombe na ujiunge na chuo cha Free will Baptist.

Alinifanya nikasirike sana jioni hiyo.

Nilidhani kuwa hakufurahia jinsi nilifanya kazi kwa bidii mahali nilipokuwa kwenya upishi wa Burger. Hakutambua kuwa nilikuwa nimeyapangia maisha yangu na kuhusu masomo ya Bibilia ilikuwa ni jambo la mwisho kwangu kuwazia.

Lakini kunajambo lilianza kufanyika kwangu baada ya wakati fulani baada ya mimi kiacha afisi yake jioni hiyo. Nilianza kuwaza kuhusiana na kile alisema. Aliona kitu ndani yangu ambacho kilikuwa cha kipekee.

Alimwamini Mungu kuwa anajambo spesheli kwa ajili yangu kulifanya , kiasi kule nilizidi kuwaza kuhusiana na lile alilo lisema ndivyo vile Mungu aliniudumia na kunishugulikia sana moyoni.

Niling'ang'ana na mawazo hayo kasha kutambua kuwa mawazo ya Mungu sio mawazo yangu maishani. Nalijaribu kukwepa kile mchungaji alikua amenielezea miaka mingi iliyopita ya ujana wangu na hata majira ya kiangazi nilipohitimu kwenye shule ya upili.

Mwisho wa masika nalifikiri kwamba nisipoudhuria chuo cha Welch kwa mwaka mmoja basi Mungu ataifanya maisha yngu yawe magumu.

Niliwezeshwa kupitia nguvu na bidii ya mama yangu, kujiunga na chuo kabla wakati kamili wa chuo kufunguliwa Juma moja mbele. Nilisalimisha maisha yangu kwa uduma ya Mungu katika majira ya ibaada kwenye chuo hadi nikasikia sauti tulivu ya Mungu Roho mtakatifu akifungulia kile ambacho mchungaji wangu alikuwa amekwisha nielezea miezi mingi iliyopita.

Mpango mkubwa wa Mungu ulikuwa niwe balozi nikilitangazia habari njema ya injili kama mjumbe wake. Mungu aliniita niwe mmoja wa wahubiri wake.

Kwa nini nifananishe hadithi hii? Unaona mchungaji wangu aliniomba na kusisitiza kuhusu ufa hamu wa siku za usoni.

Ndugu Hargis aliniambla kwamba Mungu amenena naye moyoni nakunijulisha kuwa anajambo specieli kwangu mimi kulifanya maishani. Ninafuraha kwamba mchungaji alimsikia Mungu na akapanga kuongea nami.

Sikuepuka kile alikuwa amekwisha kunena nami jioni hiyo kwa ofisi yake. Ninakumbuka kana kwamba ilikuwa ni jana. Imekuwa janzo cha nguvu kwangu kwa miaka mingi hadi leo.

Ninakumbushwa kuwa mlezi wangu

aliona jambo specieli kwangu, na akajali sana kusema kuwa mpango wa Mungu ndio uliobora maishani.

Tunapaswa kuwa wangalifu na maakini kwa Mungu na uongozi wake maishani, anapowashawishi wengine kuhusiana na maisha ya kisasa naya siku za usoni. Ninaamini mojawapo yakipawa Mungu anaegeza maishani mwa walezi ni gharama ya kupambanua.

Tunapaswa kuwa kwenye mtazamo kuhusiana na wale watu walio spesheli ambao Mungu anampango na wao.

Kuna mtu alituguza kwenye pega letu sasa nisamu yetu kuwaguza wengine pia. 2Timotheo 2:2 anatukumbusha kuwa tuko na majukumu ya kupitisha kwa wengine kile ambacho tumesikia kwa watu waaminifu wa kike na kiume, iliwaendeleze mwondoko huu na kupeana kwa wengine pia.

Mapenzi ya Mungu kwa Keith ilikuwa aende kukaa naye mbinguni. Mpango wangu kwake ulikuwa sawa na ule wa Keith, kuwa mhuduma wa kutangaza habari njema ya Yesu Kristo kwa ulimwengu ambao una muhitaji. Wazia kwamba? Mpango wa Mungu ndio ulio bora sana.

Maisha yangu imejaa utajiri wa Baraka

zake na nafasi nyingi za kutumika. Sikuwa nimewahi kuota kuhusu kile Mungu alikuwa kwenye ghala kwa ajiri yangu nikiwanimeketi afisini mwa mchungaji wangu nikiwa miaka

Ninashukuru sana mchungaji wangu wa kiungu aliyenipenda na kuniombea, na kunifanya niweze kutambua yale yale yalipasa niwe kwa ajili ya Bwana.

Ndugu Hargis alijiunga na mwanaye miaka mingi iliyopita. Nilipata nafasi ya kuwa mbeba furushi pamoja na wengine ambaye alikwisha kufika uwezo.

Nilimbeba huyu mtu wa kiungu hadi kwenye maeneo yake ya mapumziko kwa kuwa yeye alinibeba kunielekeza katika mahali pamapumziko.

Nlna uaklka Mungu alimfanya ndugu Hargis kwenye lango la mbinguni, pongezi ewe mtumishi mwaminifu na wa haki. Siku moja nitaweza kujiunga nao pamoja na mmoja wa rafiki yangu Keith pamoja na kumshukuru mara tena kwakuwa kielezo kwangu rafiki yangu na mlezi wangu.

Mlango Wa 2
MTINDO WAKE MUSA

Hakuna mahali pengine pazuri
isipokuwa neon la Mungu natutazame mfano
kuhusu malezi. Mungu utumia malezi katika
kuchagua, kuvika, na kutuma nche
watumishi walitangaze habari njema ya injili,
kifungua kurasa za neno la Mungu.

Yonadhani alimlea Daudi, Elijah alimlea Elisha, Paulo alimlea Timothy, na mlezi mkuu, Yesu, aliwalea wanafunzi wa kwanza kumi na wawili.

Moja wapo ya kitambo kuhusu ulezi kwenye Bibilia inapatikana kwenye kitabu cha kutoka panoja na chaguo la Mungu kwa utumishi Musa.

Musa alielezwa na mtu asiyejulikana na asiyeweza kutajwa (kufika ikilu ya farao katika matendo, ukarimu, kisiasa, na mtindo wa kimisiri na serikali aliendalea kukua katika maeneo ya ndani ya kimamlaka kwa miaka 40.

Bibilia imenyamaza kuhusiana na vile alitunwa na kufundishwa bila shaka mama wake wa kambo wa kinisri alimfundisha hayo yote kwa ufasaha

Lakini hekima aliyoipata ilikuwa ya kumsaidia sana kwa uongozi alipotimiza miaka 80 ili kuwasii mafarao

wawaruhusu watu wa Mungu baada ya
miaka 40 akiwa hayupo.

Mungu alitumia wengine kumhanda ili
aweze kuhupili ufalme wenye nguvu
ulimwenguni katika kizazi chake.
Mfugaji wanyika kwa jina Yethro,
aliyefanyika baadaye baba mkwe wa Musa
katika tamaduni nyingine tofauti.

Musa alijifunza mengi chini ya Yethro
mashauri yenye hekima kwa miaka 40 saidi.

Ni ajabu mchakato wa wa aina hii
kuama katoka maeneo ya kifalme hadi
maeneo ya hema na kuwa mchungaji.
Aliweka chini hali yake ya kushindwa, mifano
ya kimisri nguvu na mamlaka, na akachukua
fimbo ya kiuchungaji.

Mungu alitumia washauri na watu
wanyonge toka nyikani kumlea Musa
aliyefanyika mmoja wa viongozi wakuu
wanao julikana ulimwenguni. Alijifunza nini?

Kwa kweli nivigumu kujibu swali hilo,
lakini kuna kitu kimoja tunafahamu kwa
kweli. Alielewa umuhimu wa kumimina
maisha yake kwa ajili ya watu wengine.

Ikulu pamoja na uchungaji ulimhanda
kwa miaka 80 ya kwanza ya Musa maisha
yalimhanda kuongoza watu wa Mungu katika

majira ya miaka 40 ya maisha yake.

Sehemu ya makusudi ya Mungu ilikuwa kuwatoa wana waisrael Misri hadi utumwani na kuwaandaa waingie nchi ya ahadi.

Makusudi mengine ambayo Mungu alikuwa nayo ni kumhanda mrithi atakayeongoza na kuandaa wao kushinda na kumiliki nchi ya ahadi. Joshua alichaguliwa na kujifunza chini ya Musa kwa miaka 40.

Bill Hull kwa ukurasa wa 56 wakitabu chake kitabu kikamilifu cha wanafunzi: kufanyika na kuwafanya wafuasi wa kristo, (Navpress, 2006) alifanya kazi kuu ya kujadili kuhusu malezi kati ya Yethro, Aaroni, Musa na Joshua.

Uthihirisho wake kuhusu uhusiano unadhihirika kwa tabia kamatano ni kazi nzuri kuelezea kile kimefanya niite mtindo wa malezi ya Musa.

Ninayaweka kwa ufupi na kuifafanua kiasi. Wacha nishiriki nanyi kauri tano kuhusiana na malezi ya Musa kimtindo.

1. *Tunza uhusiano*: Musa alikuwa amefikwa na baadhi ya watu. Yethro ambaye baba yake mkwe na Aroni aliyekuwa ndugu

walikuwa nguzo ya kimsingi waliye msaidia na kumtia nguvu. Walifanya hivyo kwa miaka yote waliopitia waliakikisha uhusiano wao unakua wanapoendelea kukua.

Musa alijifunza kwa hawa na mausiano mengine na kuansa hatua ya ulezi na Joshua kwa kujenga na kuweka uhusiano karibu naye. Musa alithibitisha alezi wake na Joshuaalipopanda naye mlima kumuona Mungu.

Uhusiano alikuwa kiasi ambacho Umoja aliyokuwa nayo Musa umempata yeye maana
huyu Musa alikuwa karibu naye.

2. *Ushindani unaonekana wakati kuna kupatikana.* Joshua alikuwa kiongozi aliyepatikana chini ya uongozi wa Musa na kwa kweli hakufahamu kuwa Mungu atamtumia kuhusiana na jukumu la Musa la malezi siku moja. Alitumika kama mtiifu aliiyepatikana chini ya uongozi wa Musa na kwa kweli hakufahamu kuwa Mungu atamtumia kuhusiana na jukumu la musa la malezi siku moja. Alitumika kama mtiifu aliye kua chini ya uongozi mwenye ujuzi wa uongozi wa Musa.

Musa alichunguza mlezi wake katika

sehemu tofauti za kimaisha na hali alimuona Musa nyakati za mama na nyakati zilizo ngumu.

Alimtazama Musa akikamilisha mambo makuu na pia alipokosea alimtazama Musa kitabia na hata mwitikio wake dhidi ya masingira yote mahali bila shaka alijifunza mbinu kuu kuhusiana na hilo.

Kuna umuhimu mkuu sana unapofanya kazi kwa karibu sana na mtu na kutazama mienendo yao katika anina tofaurti za hali. Mimi binafsi napenda neon kupatikana kuliko **kuonekana.** (Intern)   **Kupatikana** (Apprentice)
 Mwanafunzi ni Yule anakaa chini ya mwalimu anayepeana ujuzi na taaluma kwa wengine ambaye siku mohja atachukua nafasi hiyo. Mwanafunzi ni Yule anayejifunza kwa karibu sana kwa kutazama na kuiga kutoka mradi hadi mradi.

3. *Ujasiri unapatikana kupitia uadilifu.*
Musa alijifunza masomo masomo makubwa sana alipokuwa chini ya mlezi wake baba mkwe Yethro. Alijifunza kua Yethro umuhimu wa kupeana majukumu na kuwafanya watu wajukumike kwa kazi iliyopeanwa kwa.

Bila shaka Yethro alipeana majukumu kwa Musa yaliyokua mengi katika miaka yake ya 40 aliporejea toka Misri.

Joshua alijunguza mtindo wa Musa wa kusimamia na alipewa tume iliyokuwa ya kipekee ambayo atajukumika kwa hiyo. Awe wakujukumika na kukamilisha kile ambacho kilitarajiwa kutoka kwake, alipata ujasiri kulingana na uwezo wake na jukumu, kuchunguza, dhawabu, au nidhamu

Joshua alijifunza mambo mengi kuhusu kujukumika na ujasiri kwa kumtazama Musa na mtindo wake wa kusimamia.

4. *Malezi yanayofanikiwa sana yanahitaji unyenyekevu kua wakati mfupi na kwa mda mrefu kwa wale ambaye unalea.* Joshua alitambua kuwa anamengi ya kujifunza. Hakuwa na majibu yote na pia hakuwa na ufahamu kuhusu maswali yote.

Joshua alifahamu kuwa kufinyanga na kuelekeza inatoka kwa mtu aliye na ujuzi. Musa alikuwa mtaalamu mkuu na Joshua alijiweka mwenywe chini ya unyenyekevu ndani na mikononi mwa mtaalamu aliye kiongozi.

Miaka arobaini ni mingi sana kusimama chini ya uvuli wa mtu mwingine ilichukua miaka arobaini kwa kulalama kutokutosheka, kutokuamini kwa umati kupita katika hali iliyokuwepo.

Joshua na Kalebu walikuwa ni wapekee walio faulu kwa kisasi chao kuingia katika nchi ya ahadi. Mungu alimruhusu Musa aone kanani kwa mbali hata Musa akiwa hai akufaulu kufika.

Mengi yataelezwa sana kuhusu uaminifu lakini ninataka   kuyazungumzia hapa. Joshua alipakia mwaminifu   kwa Musa kwa mda mrefu. Kwa mia arobaini alitiini na kufuata mawaidha na mwongozo wa mlezi wake. Kwa miaka arobaini alitimiliza jukumu lake akijua kuwa alijukumika kwa Musa.

Joshua aliona uweza wa Musa na Misri lakini pia udhaifu wake na hasira yake. Alielewa kwamba Musa hakuwa mkamilifu, na alijifunza kwamba apaswi yeye kuwa hivyo pia.

Wengine kwa kukisia watu kutoka mbali walimpuhusa Musa nyakati zingine ninauakika walimualika Joshua wakimpa ahadi za nafasi ya cheo, kukula vizuri na ukubwa.

Yoshua alipuliza mbali mawazo yao, na akatosheka kuwa na mbari mbili kuliko kuwa wambele, alipaki kuwa mwaminifu kwa mlezi wake hadi mlezi wake alipotoweka.

Ninauakika kama vile Yoshua alikumbana na ubele wa uongozi na changamoto zake kwa kweli alitupa ile furushi la ulezi na kulitupa lizame chini ya ulezi na masomo aliyopata akiwa chini ya unyrnyekevu wa mlezi wake Musa.

Utiifu na uaminifu, hivyo viwili vilikuwa ni vichangio viema ambavyo Musa alifaulu kuviamisha kwa Yoshua.

5. *Aliyelewa anafanyika mlezi.* Yoshua alingojea mda mrefu alipakia katika hadi ya kurithika na kuwa mwaminifu na kutumika popote pale Mungu alimweka. Lakini wakati ulifika ambao ilipidi Musa ashuke chini kama kiongozi wa Israeli, alifaulu, ujasiri, na kuchochewa na Mungu aingie kwa jukumu ambalo Mungu alimkusudia awe.

Sasa ilikuwa ni samu yake kulea kwa ajili ya uongozi wa siku za usoni aliyekuwa akilewa sasa anafanyika mlezi.

Mwondoko wa Musa wa kule ni mwondoko wa kupasiana vijiti vikipeanwa kwa watu waminifu wa kike au wa kiume mambo ambayo tumejifunza ili watawapa watu waaminifu watakaoweza kuwapa na wengine.

2 Timotheo 2:2 na mambo yale aliyoyasikia kwangu mbele ya mashaidi wengi, hayo uwakabidhi watu waaminifu watakaofaa kuwafundisha na wengine

Mlango Wa 3
NI NANI HUYO ANAYEFANYA BORA

Bodi ya shule katika mjini kwangu ya Underson, Indiana, kulikuwa na kujifunza kusikokwa kawaida. Ninaweza kusema kwamba nina kubaliana na wazo walilo kuwa nalo juu ya shule yetu ya upili.

Waliitaji alama ya saba dhidi ya

wasichana ilikwendeleza uchumi, kujifunza jinsi ya kupika sakafu na kupika chakula tukiwa kama wauni maishani.

Waliitaji pia msichana wa alama ya 8, nyuma ya mfulana achukue duka la kichumla, wakijifunza jinsi ya kupadilisha gurudumu, akitumia waya ya jamba kuanzisha gari, kuangalia ikiwa kuna oili na kuamisha mafuta ya Breki na kuendelea (NK)

Darasa letu la uchumi liligawanywa katika viwango viwili. Kikundi kimoja kilifanya kazi kuhusiana na mradi katika maeneo ya ushonaji nilitengeza vesti ya nyuma -ninaweza kukuambia inatiafora nakufutia kikundi kingine hicho kikundi kingine kilijifunza jinsi ya kupika kule jikoni.

Siku moja kikundi changu kiliingia kwenye maeneo ya jikoni. Nilipewa jukumu la kupika kukisi au vitumbua, alama za maelezo silikuwa simewekwa kwenye kisanduku na kalamu iliyoandika jnsi chakula hicho kitapikwa na mashauri yake.

Mwalimu wangu alinipa nakala ambayo imewekwa maagizo jinsi ya kupika vitumbua 3x5 kwenye kadi, nilianza kukusanya na kuchanganya viungo. Mtu alikuwa amemwagia maji kwenye nakala yangu ya mwongozo na wino umefunika maneno mengine.

Niliendele vyema hadi nilipofika aliya kuwa na kiungo kimoja ambaco singependa kuona kilisema$^1/_2$_____ ilionekana kama kikombe ½ kwangu kwa hivyo nikaweka $^1/_2$ kikombe_____

Mwisho wa somo hili nitamaliza hadithi na kuwaelezeeni kuwa kikombe $^1/_2$ yakiungu ilikuwa nini na jinsi kitumbuakilivyogeuka .

Unaweza kuuliza kitumbua chenye moto kinamaanisha nini ukiwa na mlezi mwema? Sio vitumbua vyote ugeuka kuwa vizuri au kuonja vizuri, hiyo pia inaweza kusema juu ya mlezi. Sio kila mtu anafanyika mlezi bora.

Kama vile kutumia viungo vizuri inawezakuwa ni ulezi bora, basi baadhi ya hizo tabia ni gani?

Tabia ya mlezi mzuri

• Mlezi mzuri anafahamu mlezi wa kiungu vyema ulezi ufanyika kila wakati na watu tofauti tofauti. Kupikea ulezi aijapimwa tu kwamba ni kiwango cha ukristo katika ulimwengu wa ukristo, inaweza pia kufanyika pasipo mtazamo wa kiroho kule nche ya dunia. Kanuni nyingi ya ulezi zinaweza kuegezwa pasipo uwepo wa kiroho.

Lakini kuhusiana na kazi ya kiroho, mambo yote yanaweza kufanyika kufanyika nyumba ya ahadi, na kuanguka kusiko na ulinzi na mwanguko pasipo na msaada na mwelekeo wa Mungu kwa Roho mtakatifu wa Mungu. Welezi wazuri wanapaswa wawe watu wazuri wa kiroho wanapaswa wamjue Bwana na wamjue vyema.

Wale wanaotaka kuwalea wengine wanapaswa wawe mbele kuhusiana na hali yao ya mwenendo wa kimaisha kuliko wale wanaotumai kuwalea. Wanapaswa wawe wakomavu katika mwenendo wao na Kristo, imani yao, na hali yao ya kibinafsi katika kukua kuliko wale watakaokuwa wakilewa.

• Walezi wazuri wangali wanajifunza kutoka kwa mlezi mkuu wakiroho wale wanaoendelea kuwalea wengine ujaribu sana jinsi ya kukua. Wanahitaji kujinyosha wenyewe wanahitaji kusikia kutoka kwa mlezi mkuu wa kiungu.wanahitaji kujifunza mengi kutoka kwako. Tunafahamu kuwa hawajafika bado kuhusiana na hali ya kiroho. Hata kama wamejifunza mambo mengi

kuhusu kuishi na maisha, wanafahamu
kuwa wana mengi wanayo hitaji kujifunza,
wako tayari kufanya bidii na kuweka mdaa
wa kuziliza na kujifunza kutoka kwa mlezi
mkuu Yesu Kristo.

• Mlezi mzuri utambua uwezo aliyo nayo
na viwango walezi wazuri utambua
wanaweza kufanya na kile anaweza kufanya
wanafahamu uweza wao na jinsi ya kutumia
kwa kuelekeza wale ambao ualea waamini
kwa Mungu aliwaumba walezi wao wakiwa
wakipekee na spesheli.

Wanafahamu kuwa ulezi sio kutoa
kabisa picha kamili ilyo yako, lakini
kuwasaidia unaolea kukua mtu ambaye, ni
kiongozi, mwalimu, NK ambao Mungu
anawataka wawe walezi wazuri awaweki
mtindo wakufuata kutoka kwa mawazo yao
na kujaribi kuwasukuma wale unaowalea ili
wafanane na mfano uliouweka.

Walezi wanapaswa pia wafahamu
udhaifu walio nao. Kufahamu udhaifu wako
kama mlezi ni ya muhimu sana nisawa na
kufahamu udhaifu wao.

Walezi wenye hekima ufahamu kuwa
hawafahamu na pia hawajui kila kitu. Kiburi
na ugaidi hauna nafasi katika hali ya ulezi.
Mengi yatanenwa baadaye kwenye kitabu.

- Uadilifu ni lazima kwa malezi

ili linapaswa lifahamike na kueleweka, lakini atalisema tu hataivyo. Watu wanaosema kama mtume Paulo kuwa nifuateni mimi au mfano wanapaswa wawe watu wakufuatwa: Uaminifu, usafi, tabia njema, NK inapaswa idhihirishe ulezi wa kiroho. Walezi wanapaswa kuishi jinsi wanavyo enenda, hawapaswi kuwaelekeza wenzao kuenenda katika hali ambayo wao wenyewe hawaendi.

- Walezi wazuri uaminika

Kuaminika wanapaswa kutambua kuwa walezi wao wanaaminika awataweza kushiriki adharani kile wamenena kwa faragha.

- Walezi wazuri wanapaswa kuwa na uhusiano bora wa kimsingi kiujuzi,

Walezi wema wanapaswa waweze kuhusiana vyema na kila mmoja na mwingine. Taaluma nzuri ni kujifunza kuhusiana vyema na wengine.

Kuhusiana na watu bila mashaka ni njia nzuri ya mlezi kujenga uhusiano. Wanaolewa watafutwa tu kwa watu wale wanajihisi salama nao.

Njia moja ya jambo hili kukamilika ni njia ya kuwasiliana kimakini na wale unao walea, Kuwasiliana ni muhimu inahusu sio tu kuwasiliana katika maongeo. Mlezi ni muhimu sana atambue anayelewa yuko wapi katika mtembeo wake wa kiroho na kibnafsi na kwa uaminifu pima uone uwezo wao ni unaweza kuwa upi. Wanaolewa vyema na kile kinatendeka maishani mwao.

• Walezi wazuti ni walio wazi na wanaoeleweka moja wapo ya mafuzo ya kibinafsi na ujuzi wa kibinafsi inafuruga mawazo na hali ya kufikiri.

Kulinganisha ujuzi wa mtu kwa mlezi inaumba jambolisilowezekana. Mlezi ambaye yuko tayari kufanyika asiyewezekana uwasiliana na anaowalea kwamba ni sawa wao kushiriki hisia zao na mlezi wao.

Unapofanyika usioweza anayelewa ufanyika kuwa wazi na tayari kushiriki maisha yake.

Wanaolewa uchochewa walezi, ufanisi kutiwa moyo na walezi kushindwa. Walezi wanapaswa kushiriki ufanisi wazamani. Wanapaswa pia kushiriki baadhi ya kushindwa na pia ule wakati walishushwa moyo na kuumizwa zamani. Wanapaswa kuongea kuhusiana na tumaini na ndoto kwa ajili ya siku za usoni.

Wanaolewa wanaposikiakuhusiana na ufahamu wa mlezi wao, kushindwa, Jeraha, na kufunjwa moyo inakuwa rahisi sana kushiriki tumaini zao, ndoto, kushindwa, majerui, na kufunjika moyo.

- WALEZI WAZURI WANAPASWA KUMILIKI ROHO YA KUPEANA

Nimesikia ikisemwa mara kadhaa kwamba kuna aina mbili ya watu ulimwenguni, wapeanaji na wanaochukua. Sina uhakika ikiwa ninakubaliana na hilo, lakini jambo moja kwa ujuzi nilionao walezi ni wapeanaji.

Kutunza kazi yake, bidii; inahitaji kujitole, mlezi Yule anayemimina maisha yake kwa wengine inagarimu muda na uwezo. Walezi wazuri wana tu moyo wakutoa na kupeana.

Walezi wakotayari kupeana sehemu ya muda wao kukana wale wenye analea. Wanakubali kwa kujitolea kuwanao kihisia, nguvu zao tayari kuelekeza, kuongoza, kusukuma wanaolewa waweze kufuka mstri unaofuata wa kuendelea, utimilifu, na ufanisi.

- *Unyenyekevu unadhihirisha ulezi mwema*

Unyenyekevu ni mojawapo ya anayelewa kuhusiana kwa mlezi, walezi hawajiangalii sana. Msemo wa zamani ni kwamba wakati mtu mnyenyekevu anapotambua kuwa ni mnyenyekevu ataendelea tena kuwa mnyenyekevu.

Unyenyekevu, ndio ulinzi unaomsaindia mlezi kuwa na mtazamo dhabiti kuhusiana na mahali walitoka na mahali wanaelekea kabla wafikie ukamilifu unaotoa uwezo wakufahamu na kuisi kile anayolewa anajihisi na kupitia.

Unyenyekevu ni - Hitimu inayo muunganisha mlezi na anayelewa. Inamfanya mlezi asiweze kupanda ngazi ya kiburi na kujitikiza ikiwa wanafika hapo na wanaanza kuangalia chini kinyume cha kumdharau Yule unayemlea.

Unyenyekevu - unamsaidia anayelewa afahamu kuwa mlezi sio mkamilifu lakini wangali wanajifunza na kukua pia kiroho.

Hii ndio tabia ambayo kila mlezi anapaswa kuimiliki: kuendelea ni lazima na sio chaguo. Walezi wanaofanikiwa sana uishi kulingana na vile wanawafunza wale analea.

Wanapaswa kuonyesha kuwa kile wanaowauliza anaowalea kwamba kwa kweli inaweza kufanya na kuwa njia hiyo inaleta matokeo yanayotamanika.

Wanaolewa wanachochewa kuweka kile wanajifunza katika matendo.Mlezi anapaswa asisitize sana masomo na kuweka katika matendo.

Walezi wanajenga uhusiano katika njia ambayo inaleta msingi kwa ajili ya anelewa wanaamini kuwa wanaweza kutazamia mlezi. Mengi yatasemwa kuhusu haya baadaye kwenye kitabu hichi.

UPAMBANUZI NI TABIA NYINGINE AMBAYO MLEZI MZURI ANAPASWA KUWA NAYO.

Wengine wanaita hisia ya ukoo, wengine wanaita hisia ya sita. Jinsi utakavyo chagua kuita sio muhimu, la muhimu ni kwamba mlezi aliyefanikiwa sana inawezekana aonekane anamiliki haya.

Kupambanua ni nini? Kupambanua, kulingana na tafsiri nyingi, ni, nikufanya mahamuzi ya hukumu kwa uangalifu. Walezi wazuri wanaouwezo wa kuwapanga watu na itahitaji kwa haraka kwa ufasaha. Hili ni la mhimu sana katika mwondoko unaousu ulezi.

Walezi wazuri wanapaswa wawe na uwezo wakushugulikia kile wanasikia kutoka kwa Yule wanayemlea.

Wanaweza kuhisi wakati wanahitaji kuzama kwenye mjadala kulingana na kila wanakisikia.
Wana paswa tu kufahamu ni wakati upi wanapaswa kukaa ngumu au kurejea kukabiliana na hitaji au jambo.

Wacha tumalize hadhiti juu ya kuunda vitumbua.
Kama ukumbusho - siku moja kikundi changu kilikuwa jikoni. Nilikuwa nimepewa jukumu la kuunda vitumbwa.Visanduku na kalamu iliyotumika ya kuandika viungo vinavyohitajika kama mwongozo.

Mwalimu alinipa nakala hiyo ya mpangilio 3x5 sikiwa ni kadi za maelezo. Ni kaanza kukusanya maji kwenye sehemu ya kadi na wino umezamba.

Nilikuwa ninaendelea vyema hadi

nilipofika kwenye kiungo ambacho sikukiona vyema.

Niliongeza kijiko kimoja hapa na pia pale kadi ilikuwa inazungumza kuhusu kiungo cha magadisoda iongezwe kwa kitumbuakwa hivyo niliongeza ½ kikombe cha magadisoda na kukichanganya na viungo vingine.

Niliweka kitumbua kwenye jiko kwa kipimo kizuri cha moto na wakati ulio mzuri. Zilioonekana nzuri kwa rangi ya kuiva, zilinukia vizuri na kupendeza, nilipozionja zilikuwa mbaya zilinukia kama vumbi ya chokaa sio kwamba nilikuwa nimeonja vumbi ya chokaa mbeleni.

Ni nini ilikuwa mbaya na vutumbua? kadi ilisema kwamba ½ kijiko cha magadisoda badala ya ½ kikombe. Kwasababu viungo vyangu vilikuwa vibaya na kwa hivyo vitumbua vyangu vikawa vibaya.

Sii kila mmoja anaweza kuwa mlezi mwema. Wanapaswa kumiliki tabia iliyomuhimu kusaidia kuadhiri na kusaidia mtu katika mtembeo wa mabadiliko kutoka mahali walipo hadi mahali wanapoelekea.

Kuingia katika jukumu la mlezi ni tamanio

kuu. Kuwasadia wengine wajisaidie ni dhawabu ya kuendelea.

Lakini kuwa walezi wanapaswa kujiangalia kuona kwamba wanaushindani, huruma, na kujitolea kuhusiana na ulezi wa kufanukiwa kuhusiana.

Kitumbua kizuri cha kupendeza lakini inachukua tu mda mfupi ya ulezi ni kuu. Inawezekana iwe maisha ya kupadilika kwa anayelewa na mlezi. kama vitumbua, sifa hii inaweza kukaa kwa mda mrefu.

Mlango Wa 4

FAIDA ANAYOPATA ALIYELELEWA

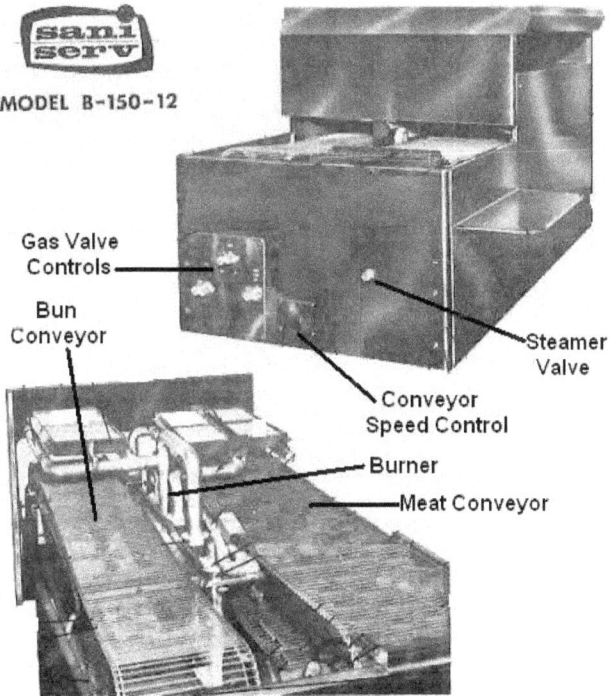

MODEL B-150-12

Gas Valve Controls

Bun Conveyor

Steamer Valve

Conveyor Speed Control

Burner

Meat Conveyor

Nilirejea nyumbani kutoka kwa majira ya kiangazi baada ya kukamilisha utu upya kwenye chuo, na niliitajika kupata maparto makubwa ili igaramie mapato yangu na kumaliza malipo ya chuo muhula unaofuata. Nimekuwa nikiomba kuhusu mahitaji yangu ya kifedha kikimuuliza Bwana anipe kazi nzuri ya kuniwezesha kulipia majira kame.

Nilitulia kwa mpishi wa Burger ili nimwone Bwana mkubwa Johana na wengine walio wafanyikazi marafiki. Johana mkubwa aliniuliza ikiwa ninaweza kuja kwa ofisi yake kwa dakika chache. Aliniuliza ikiwa ninaweza kupenda bado ile kazi yangu ya kale kazi ya kusimamia majira ya usiku. Mkrugenzi wake wa majira ya usiku alikuwa amehamishwa mji mwingine, naye alimhitaji mkurugenzi.

Nalielezea kuwa inanipasa niwe nyumbani kwa ajili ya majira ya kiangazi na pia kurejea mwezi wa Augosti ili kuanza msimu wangu wa masomo. Aliudhika na hiyo na kasha tukakubaliana kuhusu mshahara nami nikaanza kufanya kazi siku iliyofuata. Siku chache baadaye, Yohana alishangazwa sana nami, alikuwa kila mara akikosa kwenda kwenye sherehe zake kwasababu hakukuwa na mtu wa kufunga gala au stoo kwa kuwa alikuwa msimamizi mwenye ujuzi angelitegemea juu(maneno yake) ilibidi aondoke Juma moja na kumpeleka mke wake matembezi ya mbali (vacation)

Alitaka mimi nisimamie stoo yote wakati yuko likizoni . Nilikuwa na miaka 18, niliheshimiwa kwamba alinitumaini kuwa nina uwezo wa kufanya kazi, na pia uoga mdogo ambao ningekuwa nao.

Kisha akatupa furushi la jukumu kwangu, alisema Roy mda niko nje nunahitajipia weweu.………………………………….

Nitamaliza hadithi yangu mwisho wa mlango huu nitakweleza vigumu kwa wakati huo kwa wakati wangu.

Kuna faida kuu inayopatikana kwa mtu binafsi anayepokea vitu, na ushindani mkuu kutoka kwa mlezialiyeitimu.

David J Jurner, katika miaka yake ya Octoba 28 mwaka wa 2011, kwenye mtandao, alifanya kazi kuu akitambua faida 10 kwa kuwa na mlezi wa kiroho.

Jinsi vile Bibilia inatoa mwongozo kuhusiana na walezi kadha, na pia inafafanua kadha ambazo anayelewa anapata katika hatua hiyo.

Kuna mashine ya kusagia iliyoelekezwa kwenye duka langu kule nje. Mashine hayo yanatumika kwa kunolea chuma na vyombo vya chuma kutoa kutu.

Tendo la chombo hicho katika hali ya kuzunguka kwa haraka inafuta kutu na uchafu wa aina yoyote tangia kilele cha chuma. Kilele kinabakia kikiwasafi, makali, kuangaza na tayari kwa chombo kutumika kwa ajili ya hiyo kazi iliyopangiwa kwa hayo.

Walezi ni kama wanaonoa gurudumu ambazo Mungu utumia kusafisha, kunoa, na kwandaa anayelewa kufanikiwa kimaisha na kikamilifu kuhusiana na jukumu walioitiwa walipoumbwa.

Methali 27:17 inadhihirisha marafiki (walezi) kama chombo cha kunoa vitu vinavyohitaji kunolewa. Matokeo ya mwisho kuhusiana na chombo kilichonolewa ni kubwa (haiesabiki) kuhusiana na chombo (anayelewa ambacho methali 4:9-10 inapeana kanuni ilivyo nzuri sana, kifungo hichi chatukumbusha kwa watu wa wili wanaofanya kazi pamoja ni bora kuliko mtu mmoja).

Mtu anapojikua na kuanguka akiwa pekee hana mwingine anayeweza kumsaidia ainuke. Lakini faida ya watu wawili wanapofanya kazi pamoja ni ya ajabu sana. Kila mmoja atakuwa msaada wa mwinzake. Wawili wanapofanya kazi wana nafasi kubwa sana ya kufanikiwa.

Kila mkristo anahitaji mlezi wa kiroho. Mlezi na Yule anayelewa ufaidika katika hali hiyo ya malezi.

Inakubalika, ilifaida zipokelewe, lazima kuwe na shauku, bidii na kufikia wale watakao taka kulewa kule nje ndiposa wapokee faidha hizo nzuri za malezi na faida zinazobatikana.

kuna hasa hali 10- faida za kibibilia kwa wale wanao rushwa huku na kule kuhusiana na mawimbi ya maisha.

1. *Mtu anapaswa akuamini.*

Kila mmoja anahitaji uakikisho. Anayelewa anahitaji mtu wa kuwaaminia licha ya udhaifu walio nao, ugumu, na upunguvu. Wanahitaji mtu atakaye shikamana nao, katika tamanio lao, ndoto, na malengo yao kwa ajili ya siku za usoni.

Wanahitaji mtu watakaye mwamini Yule atakaye wasikiza katika hali ya kujali na kupeana hali ya huruma, ya kimsingi, na mtazamo wa kimsingi anapoendelea kuwachukua habari kimakini kuhusiana na vile Mungu anafanya kazi ndani ya anayelewa.

Tunamwona Barnaba akimlea John Mark na mfano wake unapatikana ndani ya matendo ya mitume 15:36-39 2Timotheo 4:11.

2. *Ulezi unaleta mwongozo au mtindo wa kufuatwa.*
Mtume Paulo ndiye mlezi mkuu katika agano jipya. Chombo chake kikuu kilikua ki pi? kwa hakika Roho Mtakatifu ndiye chombo kikuu cha kutumia.

Paulo anatupa mpina yake jinsi alifaulu kama mlezi 1Wakorintho 11:1 kwa kuweka moja wapo ya kanuni kuhusiana na ulezi. Kwa ufupi Paulo anasema "mniigeni mimi" anadhihirisha wazo kuwa yeye ni kielelezo cha kuigwa chenye kuaminiwa.

Kwa nini atoe tangazo lenye nguvu jinsi hiyo? Jawabu limepatikana kwenye sehemu ya pili ya kifungo, Paulo anasema kwamba anaowalea wanaweza kumuiga yeye ama mfano bora kwa kuwa hata yeye amekuwa chini ya malezi.

Na mlezi wakle ni Bwana Yesu Kristo. Paulo anasema "aniigeni mimi, jinsi ninavyoenenda, vitu ninavyofanya na jinsi ya kuenenda jinsi ninavyoishi kwasababu ninamuiga mlezi mkuu Yesu Kristo".

Kwa kawaida walezi wanamtazama mkuu na nafasi ya kujaza anavyohitaji Yule anayelewa kanuni za kuwawezesha kuzilishia. Wanaweza tu kufanya hivyo kwa kuendelea kupokea mashauri kutoka kwa mlezi wao mkuu Bwana mwenyewe na kijaribu kuwa kama yeye kila siku.

Wakienenda katuika hali na maishs ya kiungu ambayo ni faida sana kwa anayelewa.

3. *Msaada kuhusiana na kukua kiroho*
Wanaolewa msingi dhabiti na kanuni za kiroho maishani. Hili litawasaidia kuzamisha ndani sana katika kiwango cha dhamana katika ufalme wake.

Mtindo wa kimaisha ya kiroho, ilidhibitishwa mapema katika yale majira ya ulezi katika uhusiano na kuwa na uwezo wa kufanikisha wale waliolewa maishani mwao mwote.

Paulo anasisitiza sana katika wafilipi 3:13 umuhimu wa kung'ang'ana na kuzidi sana kuendelea mbele ukiwa umelelewa na kukua miaka mingi, nakuelewa kilele na lengo la ukomavu wa kiroho.

Walezi uleta ukomavu wa kiroho na kwendeleza maisha ya kiroho na mtindo wake kwa kuwasaidia wanaolewa wawe na masomo ya Bibilia, mtazamo ukiwa ni wa kusoma, nidhamu katika maisha ya ukristo. Tukiangalia vipawa vya kiroho na uelekeo wa uduma na nafasi yake. Nidhamu ya kikrito itazungumziwa katika mlango ujao.

4. *Mtu anapaswa kujukumika*
Wakati waleo mazingara mengi yamejaa usinzi na mfuto wake. Picha za mapenzi, mtazamo wa mali, mgawanyiko unaoletwa na mapepo, na shetani na kuonga wake. Wanaolewa wanapaswa kuona faida kubwa sana kwa wale wanao walea.

Wanajua kwamba itawapasa kujibu maswali magumu. Wanaelekezwa na ufahamu wa kile watakachopeana kuhusiana na tabia yao. Kujukumika ni faida kuu!
Samuel na Sauli walishiriki hali ya ulezi.

Samuel alikuwa ni mtu wa Mungu aliyefanya kazi na mfalme Sauli mtumishi aliyechaguliwa kuliongoza taifa la Israeli.

Uhusiano ulianza kwenye kiwango cha juu na kisha ukakwisha kw ahali ya kuhusunisha. Samuel wa kwanza 9 hadi 15 inaelezea uhusiano.

Sauli kwa kosa alimruhusu adui kuharibu uhusiano na mlezi wake. Tabia yake iligeuka kushangaza alipotoa hesabu kwa mlezi wake Samuel.

5. *Kutiwa moyo*

Wengi wetu tutakubaliana kuwa yote ni kuhusu tabia ya kifilosophia ya tamaduni za kisasa. Utanifanyia nini badala ya nitakufanyia nini kando na destri.

Bibilia inasema kuhusu mpango mkuu kuhusu kukutana na mahitaji yaw engine. Ulezi ni njia mojawapo ya kufanya tendo hilo lifanyike. Mlezi ni Yule anayeshangilia wakati anayelewa anajaribu kufanya jambo.

Wanaelewa jukumu kuu ambayo kupongeza mtu inafanya kazi katika maisha ya anayelewa. Wanaolewa wanahitaji kutiwa moyo, walezi wamejifunza nguvu nyingi zinazopatikana katika hali ile ya kutiwa moyo.

Wanatambua kutiwa moyo, ni muhimu ikiwatutaweza kuchochea katika hali nzuri naya kuinua.

Barnaba na Paulo wanatoa mfano hii kwa agano jipya kupitia hadi kitabu cha matendo 4:36-37, 9:36-37, 9:26-30 na 11:22-30 kutiwa moyo ni kwa muhimu sana kwa Yule amnayelewa.

6. *Msaada wakati wa matatizo*

Nimepata mambo mawili maishani ya gafla, kifo na ushuru, hayo mambo yanasumbua kwa hakika, lakini kuna baadhi ya mengine ambayo ni ya gafla na muhimu.

Bibilia inayaweka wazi mambo hayo tutajifunza kuhuzu majaribu na matatizo.

Utafahamu watakua vipi, watakapo kuja, itadumu mda upi, na ubaya utakuwa kiwango kipi, lakini tunafahamu kuwa zitakuja.

Walezi ni nguzo yenye nguvu ya kuegemea, ni pega za huruma za kulilia na njia ya kufuata wakati umekumbana na ugumu katika barabara ya maisha.

Mlezi anamsaidia mlewa kufahamu kuwa Mungu ana makusudi na kile kinachotendeka maishani mwako, anachagua mwelekeo na maelezo.

Walezi ni marafiki wanao aminika na kupeana ushauvi, faraja, na udhabiti kumsaidia mlewa kupenya kwenye mawimbi ya majaribu, matatizo, na machafuko.

7. *Lengo na maendeleo pamoja na kufaulu.*

Anayelewa upokea mashauri na mpangilio kutoka kwa mlezi katika hali ya kutengeza malengo ya kibinafsi.

Wanajifunza kutoka kwa mlezi kwa uaminifu jinsi ya kuchunguza na kupima utayari wa kupima na kukumbana na kila lengo, fikiria kuhusu mpango wa mda mrefu na mfupi ilikufikia kila lengo, nakutambua kiwango cha kufikia na lengo hilo na kutambua kiwango cha kujitolea kinacho hitajika kwa kila lengo.

Wanaolewa wanapokea msaada kutokana na hali ya kutazamwa. Kuhusiana na lengo, maoni yanayohitaji marekebisho, mashauri kuhusiana na kuondoa dopsari, marekebisho ya upole unapo kumbana na kosa, na uelekezo wa kijumla kuakikisha kuna ufanisi wa kutosha kusaidia kufikia lengo.

Mlezi anamsadia mlewa aweze kusawisisha hali ya utu na kiroho.

Wanaowasaidia kumweka Mungu awe kilele cha maisha na mtazamo maisha.

Paolo anatupa mwongozo kuwa kuweka jambo muhimu kuwa jambo mhimu kuhusiana na mashauri yake katika hali yake ya malezi katika barua zake Timotheo kwa agano jipya,.

8. *Mashauri yenye hekima ikiadhiri mchamzi*

Wanaolewa upokea faida kubwa kutokana na maarifa na mashauri hekima anayotoa mlezi. Walezi inawezekana wapeane mtazamo, ambao mlewa akukusudia.

Wanaanda kilindi cha maarifa kumhusu mlewa kupitia hali ya ulezi kiuhusiano inayowezesha wao kupeana yaliyotengwa kimsingi, na dhabiti kupata mashauri kuhusiana na mahamuzi.

Paulo anapeana mifano mingi anapoithihirisha kwa kunena na Tito, Wakili anayeaminika anayeweza kupeana jambo kulingana na mtazamo anapopima mambo makubwa ya kibinafsi kwake yeye anayelewa.

9. *Uhusiano na wengine ni ya muhimu*

Wanaolewa wanaokua kwa imani na

kufuatilia Kristo   na maisha yake, itaadhiri maisha ya
wengine wengi katika uhusiano maishani.

Jamii marafiki, wafanyikazi wengine, shirika za biashara, majirani,NK watagundua maisha ya uazi yaliyobadilika anayelewa wataadhiriwa kimsingi kuhusiana na ile mabadiliko.

Mabadiliko hayo yana uwezo wa kuzalisha hata mabadiliko kwa maisha ya wale watu na uhusiano na anayelewa. Maisha ya mabadiliko ya mlewa yanauwezo wa kulea wengine ambao uhusiano wao umekatika.

Mungu anaweza kutumia maisha yaliyo geuka ya mlewa kama mti wa mtende wagiliadi kusaidia kuponya nafsi zilizo jeruhiwa. Mungu anaweza kutumia maisha yaliyogeuka mlewa kuvutia wengine kwa Kristo Gala5:32-24.

10. *Kuwezesha mlewa kufanyika mlezi*
Walezi kwanza walikuwa walewa kabla wafanyike walezi. Maisha yao yaliyobadilika yaliwavutia wengi wakati roho wa Mungu anapoanza kuweka msingi kwa ajili yaw engine ili waweze kulewa.

Mungu anaendelea kufanya kazi ndani ya moyo ya walewa kupitia hatua ya malezi.

Upanda mbegu ya kuendelea kutamani kupeana nyuma kwenye matukio. Mbegu hiyo usababisha, kukua, na kufikia ukomavu wakati ulezi unamviringo kufikia laini ya kumalizia.

Wanakuja kutambua Bwana wa mavuno anatafuta watendakazi kufanya kazi kwenye shamba lake. Mfano haijakoma tu katika kiwango cha kukusanya matunda ambayo mtu mwingine anazalisha.

Inajumuhisha kupanda, kunyunyuzia na pia kulea mavuno yako mwenyewe. Wanakuja kutambua kuwa wanamajukumu ya kuegeza maishani mwa wengine kwasababu mlezi wao aliegeza pia ndani yao.

Kwasababu mlezi ni njia moja ya wewe kusema ndio kwa Mungu na amri yake katika Mathayo 28:20 kuwafundisha wengine kuyafunza mambo tuliyojifunza. Mlewa anayefanyaika mlezi ana nafasi ya kurejesha katika hali ya kuwekeza ndani yaw engine.

Lengo kuu la kila mlezi ni kumsaidia mlewa abanue mipaka yake ya kiroho ya kiasili, kutambua upeke wao na uwezo na kukua katika kiwango cha ukomavu katika ukristo atakayefanyika baadaye mlezi.

Kurejelea hadithi yetu kuhusu mpishi Burger.

Baada ya kurejea nyumbani baada ya chuo. Nilikubali ombi la kujitolea kurejea ile kazi yangu ya kale nikiwa kama mkurugenzi wa siku pale Butger chef wakati wa kiangazi.

Bwana wangu alikuwa akienda kwenye mapumziko name ilinibidi nitunze stoo wakati hayupo, alinishauri kwa Juma moja kisha akaniambia anajambo la muhimu la mimi kulifanya wakati hayupo.

Alifungua kijisanduku na kuvuta nje vyombo vya chuma na kuvilaza mezani.Alianza kuelezea yale yanapaswa kufanywa. Burgechef hambergers walikuwa wamejiandaa kupitia mzururo wa marudio ya mabadiliko na mtindo wa upishi wa kuupika kuku katika maeneo ya kuku za nyama.

Nyama iliwekwa kwenye mashine ya kuzungusha kwenye nyororo ikiwa na nyama ya kuku ikawekwa kwenye mali ya moto iliwekwa upande ule mwingine wa sandwich. Chombo kidogo cha kuchomea nyama kilielekezwa mahali pamoja na chombo hicho cha kukaangia.

Johana Yule mkuu alinishauri nibadilishe vyombo hivyo vya kupikia wakati wa usiku kwenye zamu ya usiku wa Jumatatu, usiku uliokuwa mrefu. Nilishtuka kwasababu ya kukosa maneno mazuri ya kutamka.

Kuna aina ya wazo iliingia mawazoni, hii itakuwa ya kuhatarisha. Nikifanya jambo mbaya nitaweza kulipua jengo na mimi mwenyewe. Ninaweza kuweka chombo vibaya na niweze kuharibu kuku zilioko kwenye moto maana hiyo ndiyo ilikuwa mkate na siagi ya biashara yetu.

Je ningefanya hivi
Sikufahamu jinsi nah ii ilikuwa inifute sana mbali na kisha niweze kukosa hali ya utulivu. Yohana alikuwa amenilea kama mkurugenzi wakati nilipoingia kwa majukumu hayo nikiwa na miaka 17. Alinibeba toka mbali na kupitia change moto nzuri, akinishauri na, kunifundisha jinsi ya kutumia uwezo niliyonao.

Changa moto hii ingelikuwa tofauti sasa.
Valuu moja mkononi, aliniuliza anifute. Tuliacha afisi yake kwa ajili ya upande wa nyuma mahali kuku za nyama silikuwa zimewekwa.

Yohana mkubwa alianza ujasiri na sauti kuu kunielekea mimi hatua kwa hatua mashauri jinsi ya kuweka upya valuu iliyo kuu pamoja na iliyo mpya.

Kiasi kile alizidi kuongea ndivyo nilivyo zidi kuwa na ujasiri, alimaliza mashauri yake kwangu akiniambia kuwa alikuwa na imani kuu name na alijua nitafanya hivyo.

Usiku wa Jumatatu ukaja. Nilifaulu kwa siku hiyo na zamu name nikamwelezea mkurugenzi wangu mdogo alipofika ili asimamie zamu ya usiku na kupadilisha valuu lilikuwa itendeke usiku unaofuata.Tulikuwa tumeongea mapema na kufanya mipango ya yeye kunisaidia.

Ilifika masaa ya 11:00 usiku na chini ya masaa mawili tuliweza kuondoa valuu ya zamani na kuweka nyingine mpya. Ule mfereji ulipaswa kukauka ndiposa uweze kushika valuu na kuzuia mafuta jurusike. Tulipakisha masaa kadha ya ziada.

Hadithi hii inausu nini kuhusiana na faida wanazopata kutoka kwa wale wanaolea? Yohana mkubwa alinilea kwa mwaka mmoja akiwa Bwana wangu na kunifundisha kazi kuu kuhusu kuongoza na kusimamia.

Aliniongoza, kuninyosha, na kunikosoa

ilinifikie vitu vikuibwa na vilivyo vizuri alinisaidia na malengo ya kufaulu na kunipa hatua kwa hatua mashauri jinsi ya kuwafikia.

Wanaolewa upokea faida kuu sana kutoka kwa walezi. Wanawezeshwa kukamilisha vitu vikuu na vya dhamana ikiwa ni matoleo ya hatua ya mlezi.

Natumahi mlango huu umekusaidia kama mlezi pongeza faida unaweza kupokea unapo wasaidia wengine kupokea.

Mlango Wa 5

NITAANZA AJE KULEA

Kuna mtu mmoja aliye mwenye ujuzi wa siku nyingi kuhusiana na kuvua samaki alijitwalia samaki kwa kijiji chake kwenye ziwa la slave maeneo ya Northwest ya Canada. Kazi yake ya kujikaza sana ilimletea mapato ya kumwezesha kishi maisha ya ajambo.

Siku za mchana huwa fupi sana katika

machira ya masiku na miezi yake, inayosababisha uvufi kuwa nadra na hatari mno.

Hali ya kipimo cha hewa inapungua kutoka kiwango cha arobaini chini ya sifuri na chini sana baada ya masaa ya jua kutua na kisha ziwa linafunikwa na ubaridi wa kibarafu kwa miezi mingi. Ujuzi aliopata mfuvi ni taluma na mbinu za kuvua.

Yeye utoboa mashimo kwenye baravu kiutalamu ikielekea ziwa kishaanawatafuta na kuwavua wakiwa gizani.

Uweka nanga na chakula chake kwenye shimo inayopita kutoka upeo wa shimo hadi chini sana kwenye maji. Yeye urejea kila siku kuangalia ikiwa nyavu zake zimepata mavuno ambaye nisamaki aliyekamatwa ili atege nyavu tena kwa ajili ya kukamata wale wengine.Cruty ole mfuvi alifuata mtindo huu wa kuvua samaki kwa miaka 30.

Aliamua kumuajiri kijana mdogo akiwa msaidizi wake. Kijana alifika alianza siku yake ya kwanza kufanya kazi katika maeneo ya barafu ya ufuti. Watu hawa wawili wangelirejea kwenye makao makuu ya kumina wawili kwenye baravu.

Walingeza bidii kwa kazi yao, na kuakilisha kuwa galani la mafuta yakutosha zikiwa tano kwa ambazo ziliwewawezesha kuyeyusha baravu katika maeneo hayo.

Mpenzi aliyeoa kwa uaminifu kwamba mpenzi wake atarejea salama. Masaa ikaehesabiwa, 12,13,14,17 yakapita na hakukuwa na neon lolote. Hali ya hewa ilikuwa imepungua hadi kiasi cha 43.

Watu wanaweza kufariki kwenye baravu chini ya dakika thelathini kwenye ubaridi huo. Alipopata mashaka, kwa nini mpenzi wake haja muelezea jambo lolote? Je jambo limetendeka lisilo la kawaida kwenye barafu? Je amejeruhiwa? Mbingu inakata hiyo, inawezekana awe amefariki?

Je kuna jambo limefanyika kwa watu hao? Je watafaulu kurejea waklwa hai? Tukae pamoja hadi nitawambieni mwisho wa mlango huu na mwisho wa hadithi hii.

Unaweza kusikia ikiwa sehemu ngumu sana ya kazi inakaribia kuanza kuhusiana hali ya ulezi haipaswi kuwa nzito na ngumu. Chanzo ni kujua jinsi ya kuanza.

Yesu akiwa mlezi mkuu alitumia mtazamo mwepesi uliotumika kama mwongozo mkuu ambayo tunaweza kuiga.

Tazama Mathayo 10:2-4, Mariko 3:13-

19 na Luka 6:12-16 Kuna baadhi ya nambari za kiteknolojia na hatua zake, aliyoitwa, ili inapaswa kukufanya iwe nyepesi kwako wewe kuanza jukumu la ulezi.

Kutaka kuanza - mtindo wa Yesu

Yesu alipeana mfano mwepesi wa ulezi na mbinu iliyobadilisha watu walio baadaye kubadilisha ulimwengu. Mtazamo wake ulikuwa wa kuigwa, kimethodia, na hatua kwa hatua kimtazamo.

HATUA YA KWANZA - OMBA

Unaweza kudhania kwamba hatua yakuomba ni kupeanwa na inawezekana uwe sawa. Kabla ya wanafunzi kamili 12 kuwa wazi katika uchaguzi na kutiwa mafuta, Yesu alijitenga mwenyewe Faraghani mlimani. Luka 6:12 inasemakuwa Yesu alienda mlimani kusali naye alisali usiku kucha.

Kwa nini hili ni la muhimu? ukuu wa wakati hauwezi kupimiwa Yesu mwana wa Mungu, ilimbidi alipie sadaka wokovu kupatikana kwa kila mmoja.

Ilimbidi achague watu ambao atawaaminia kazi baadaye. Aliwahitaji watu watakao panda makanisa, wakupeana mielekeo, viongozi, na pia walimu wakuwafundisha wengine kuulijenga kanisa lake ambalo atalisha hivi karibuni.

Ilikuwa ni wazi kwamba wale waliochaguliwa watu kuwatayari pia kupata malezi maandalizi kwa ajili ya siku za usoni watakayotumia kulijenga kanisa la kristo duniani.

Walezi katika hali ya kufanya mchenuzi na hatua ya kushakua watakaolewa wanapaswa kuchukua mda wao kwa maombi. Ikiashiria ni nani atakayekuwa mlezi mzuri, ni jambola muhimu la kimsingiYesu aliomba kabla awachague wale atakaowalea.

Walewa wake baadaye walifanyika walezi na kuchagua wanafunzi wao pia kutoka kizazi kimoja hadi kingine na sasa iko mikononi mwakizazi chetu.

Luka anatambia kwamba Yesu hakuomba tu ila alitupasha habari kuhusu mda wa maombi Yesu aliomba, aliomba usiku kucha. Yeye hakuomba kwasababu ya tamaa yake, uoga, au mashaka.

Alifahamu umuhimu wa kumuhufisha Baba yake ili amuongoje, neema, na Baraka katika hali ya kuchagua ambayo alikuwa anaelekea kuchagua. Tunahitaji uongozi wa Baba wetu wa mbinguni.Neema na Baraka tunapoomba na kwa uangalifu tukichagua walewa wetu.

Hatua ya 2 - CHAGUA mtu kushauri

Unapaswa kutazama wapi! chagua mtu kutoka ndani ya ushirika wako wa mfiringo baada ya kuomba na kutafuta Mungu kwa uongozi na mwelekeo. Chagua mtu Yule Mungu anaweka moyoni mwako.

Yesu alichagua watu 12 alipopata amani kupitia maombi kuhusu kuhusiana ni nani angelichagua. Mstari 13 wa mlango wa 6 wa Luka inasema tazama vile Yesu alikusanya hesabu ya watu wanao mzunguka na akachagua kumi na wawili.

Ni nini iliyowafanya watu haw kuwa tofauti? Hawa ndio wale Yesu na Baba wa Mbinguni walikubaliana kuwahusu. Kumbuka kwamba alikuwa amekwisha nena na wao kila mmoja.

Alimwambia mmoja nifuate, nami nitawafanya kuwa wafuvi wa watu. Kwa wengine alisema nalikuona ulipokuwa chini ya mti.

Hawa watu kumi na wawili hawakuwa wageni kwake au yeye kuwa mgeni kwao.

70

Walikuwa ni watu waliokuwa wamedhibithika katika uhusiano na Bwana wetu.

Yesu alikuwa na ujasiri kuwa watu hawa watakuwa wakipokea mashauri, uelegezo, **NK**. malezi atakayowapa .

Tunapaswa kuwachagua watu ambao tumejenga uhusiano dhabithi na tukitumai kuwa watakuwa wamedhibitika katika uhusiano na Bwana wetu.

Yesu alikuwa na ujasiri kuwa watu hawa watakuwa wakupokea mashauri, uelegezo, NK malezi tutakayo wapa.

Unapompata mlewa mwenye msimamo, panga jinsi ya kukutana naye, Inawezakana usishiriki maelezo na lengo la kukutanika kabla ya wakati kamilifu kuwadia.

Elezea kuwa umekuwa ukiombea jambo ambalo ungeliitaji kushiriki na wao ndiposa wanaweza kuomba na wewe kuhusiana na jambo hilo. Wasababisha wajue kuwa unaweza kuhusu jambo litakalo kuwa la kufurahia na la mzaada kwetu na kwako.

HATUA YA 3 - KUTANA NA YULE ANAMLEA
Yesu alikutana na wale 12 aliowachagua ili wawe wafuasi wake/ walewa. Maandiko hayafunui kile walizozungumzia kwenye mkutano.

Lakini nimeshawishika kuwa Yesu alikutana na kila mmoja kipekee, aliwajulisha kuhusiana na chaguo la wao kufanyika wanafunzi wake na tamanio lake la kumimina maisha yake maishani mwenu.

Mawazo ya kiuangalifu na mpangilio yanapaswa yaendelee mkutano wa kwanza na mlewa. mda, maeneo, mda wa kukaa, lengo, na jinsi mkutano utafika kikomo inapaswa kuangaliwa mapema.

Saa- kubalianeni ni wakati upi na wakati unaotumika vyema kwangu na kwa wao. Chagua tarehe na wakati kwa siku za usoni.Kuchagua tarehe kwa ajili ya siku za usoni inawezekana iregeze hamu ya uweza mlewa na kumfanya asiwe tayari kuhudhuria.

Ni hekima kuwa na tarehe mawazoni pamoja na wakati kabla hujamjulisha ndio unaweza kukutana sio vyema Yule mlewa anaweza kujiisi kuzongwa na kuonekana unaenda kwa haraka kuhusiana na jambo hilo.

Maeneo - maeneo ya mkutano ni ya muhimu lazima wazo kwa uangalifu kuwa ni wapi tutakutania.

Aina ya maeneo lazima iangaliwe vyema na umakini kabla kuchagua mahali chagua maeneo iliyo na masingara mazuri.

Mahali hapo panapaswa pawe patulivu, starehesha, na salama. Pawe ni mahali pa zuri na kuongea vyema na ujasiri.

Chagua viburudisho vilivyo vyepesi vya mahali pa lala ya kusongeza mwaliko kwa chakula kizito. Kumbuka , mtakua pale sio kukutana sio kula

Wakati wenu utakuwa mchache,ili uwe na mda wa nyama na viazi vitamu ikiwa hiyo ndiyo kusudi lenu la kukutanika pasipo kupangilia kuwa na nyama na viazi kwa sahani zenu.

Chagueni kikombe cha kahawa au soda na kupazzilia maeneo cha hoteli ya bei kidogo kama Starbucks, maeneo tulivu na kula vitu kama mkate wa panera,NK, ni mifano ya maeneo ambayo nimetumia na inafanya vyema.

Chagua maeneo mazuri kwenu nyote maeneo mtakapokutania kwa mkutano wa kwanza inawezekana iwe ni mahali pa kudumu kwa ajili ya mikutano yenu kila wakati.

Tafuta mahali panapodhihirisha   uwepesi wako na yule mtakutana naye   isiwe mzigo.

MUDA -wakati wakukaa lazima ufadshiliwe na kukubaliana kabla mkutano uanze.

Mkutano unapaswa kuchukua lisali moja au chini ya lisali moja la mkutano nila muhimu kuwezesha mkutano mwingine.

Kuweka mkutano uwe kwa lisali moja utimiliza nambari kadha ya vitu.

- Kwanza, mlezi na mlewa alien a bidii lazima wafahamu kwa pamoja vile mkutano utafika kikomo.
- Ya pili, wotewaelewe kuwa mda wao kwa pamoja ni mchache nao wanapaswa kusidi kuendelea mbele kuhusiana na majadiliano ili kumaliza kusudi la kukutana.
- Tatu, kuweka mda hasa kwa lisali moja itasaidia kupakia kwenye kichwa mjadala na kusuzia mambo mengine ambayo yanaweza kutokea itapidi iwekwe kwa siku nyingin.
- Nne mtindo wa lisali moja hutuweka katika hali kuwa mkutano hautakuwa ndefu sana Mikutano mirefu inaweza kufanyika chombo cha kucheza, na kuelekeza katika hali ya kuzusha moyo, ni vizuri kuacha hamu ya kukutana kwa

ajili ya mkutano unaofuata, na inaweza
kusababisha mkutano wa kimtazamo
ikuzuie hali ya mfuto ili kufanyiwa
malezi.

Furushi - mlezi anapaswa ajiandaye
mapema kwa ajili ya mkutano.

Amue jinsi ya kufungua mkutano, kuwa
na uwezo wa kuweka kusudi la mkutano.
Kuweka malengo mhimu kuhusiana
mikutano.

Kuandaa mpangilio wa mambo
yatakayo zungumziwa na ni kwa njia ipi.
Kuandaa nakala ya maandishi
watakaotumia, na pia kuangalia jinsi ya
kumaliza mkutano.

- Anza mkutano- Njia nzuri ya kuanza
mkutano ni kushiriki uhusiano mzuri
ullokwepo na mwanafunzi angalia na
kupangilia hitimu zinazoonekana kwa
mwanafunzi, ambazo umezichunguza
zinazo sababisha awe chaguo nzuri
kuhusu mlewa.

Pangilia kusudi - utambuzi wa mtu
kibinafsi hataivyo inapitia kati ya sababu
ya kuwezesha kwa njia ya sababu kadha
kwa nini alikuwa kwa mkutano. Ingia
haraka kwa sababu ya kuwa na mkutano
na uelezee kusudi wazi wazi.

- Shikilia mpangilio wako. Pakia kwenye lengo kuhusiana na vitu utakavyo jadili.
- Shiriki nakala za maandishi uliyochapisha- nakala za maandishi ulizo chapisha zinapaswa kuwekwa mkononi mwa mwanafunzi ikiwa na ufafanuzi. Mawaidha kuhusiana na majaribu na kuendelea kusoma zaidi ni muhimu ikipeanwa.

Kuwa huru - kufanya mkutano ukiwa kwa sauti sawa na ya muhimu. Walezi wanapaswa kufikiria sana kuhusu jinsi ya kutamatisha mkutano kwa uangalifu mno. Mlewa anapaswa kufahamu na kuelewa.

 * Kuhusiana na vitu vilivyo jadiliwa wakati wa mkutano.

 *Mkutano ya siku ya usoni yanayotarajiwa kutoka kwake.

 * Hafu zaidi sitakazo weza kuwepo.

 * Kujitolea ili uwe atakayelewa haipaswi iwe iongelewe na kunenwa kwenye mkutano huo.

HATUA YA 4- OKOA MDA WA KUJITOLEA KWA AJILI YA MLEWA AWEZE KUPENDA KULEWA WAKATI WA UTANGULIZI.

Mda uliyoyoma kati ya Yesu na wanafunzi wake kuhusiana na ujuzi wa mlimani, na ile hali ya kukubali mwaliko wa Yesu kukubalika kwao.

Mda mzuri unapaswa kuwekwa na mlezi na wakubaliane na mwanafunzi kuhusiana na mahamuzi yake.

Mwanafunzi anapaswa aweze kufikiria kuhusiana na kile kitakachoitajika kutoka kwake. Anapaswa apewe mda aombe kuhusiana na mahamuzi atakayosema au kufanya.

Mda usiozidi siku mbili na kiwango kisichozidi juma moja ni ya muhimu ya yeye kutafakali na kufanya mahamuzi.

Mladi tu mahamuzi yamekwisha kufanywa, basi itikia kwa ufasaha, ikiwa mwanafunzi atajipeana kwa ulezi, basi uwewazi katika mpangilio wa wakati na pia maeneo ya mkutano utakaofuata.

Ikiwa mwanafunzi atashindwa na malezi, umshukuru na umhakikishie tumaini uliokuanalo kwake. Mazungumzo na yamalizike katika hali ya Amani na utulivu licha ya mahamzi yaliyotolewa na mwanafunzi.

HATUA YA 5- CHAGUA VYOMBO NA RASLIMALI ITAKAYOTUMIKA KATIKA MWONDOKO HUO WA ULEZI.

Yesu alikuwa na mpango kuhusiana na ulezi. Alifahamu ni nini alipaswa kuwafundisha wanafunzi. Aliwasomesha somo baada ya linguine kwa miaka mitatu.

Uchunguzi na raslimali kuhusiana na maendeleo inapaswa iweko katika mipangilio ikishikamana na mlezi.

Walezi, kabla ya mkutano wa mpangilio kufika, inapaswa kuwe na malengo muhimu kuhusu anayelewa, iliyowazi na ya kueleweka inapaswa iandikwe chini kisha ipeanwe kwa mlewa wakati wa mikutano.

Matukio muhimu yanayoitajika kutoka kwa mlewa ni muhimu ielezewe kwa upana na kurekodiwa. Maelezo yakilatukio haitajiki kwa wakati huu.

Matukio makuu ya dharura lazima iandikwe chini, tenga, na mpangilie kwa njia nzuri, mpango wa chronologia matukio yatapanuliwa kwa maelezo zaidi wakati wa mkutano utakaofuata.

HATUA YA 6 - CHUKUA MPANGO WA ULEZI

Yesu alikutana na wanafunzi na akiwaelezea kiasi kuhusiana na kile alichokuwa akifanya na pia kile ambacho alitazamia kufanya. Huo mkutano wa kwanza, wakati aliwatuma, ilikuwa ya muhimu sana mchana inaweka kiwango na kilele cha uhusiano wao wa siku za usoni.

Walezi wanapaswa kupangilia vyema kuhusiana na mkutano huu. Huu mkutano wa kwanza kama wa mlezi na mlewa inapaswa kuwa katika kiwango bora kwa siku zijazo. Lengo la mkutano linapaswa liwe ni kufafanua mwelekeo wa uhusiano kuhusiana na malezi.

Kuna mambo mawili ya muhimu ya kukamilisha kuhusiana na mkutano huu. Malengo ya kufatilia na mambo mawili ni ya muhimu.

Walewa wanapaswa kujua kile wanacho panga kutimiliza na kile kinatrlajiwa kutoka kwao.

HATUA YA 7 - KUKUTANA NA KILA WAKATI KUHUSIANA MDA ULIOWEKWA.

Machache yametajwa kwa maandiko kuhusu wanafunzi familia na maisha yao ya kibinafsi wakiwa nyumbani. Lakini tunafahamu kuwa walikuwa na familia na majukumu.

Yesu alikutana na kila mmoja, kwa vikundi vidogo, na wakiwa pia na kikundi chote cha wanafunzi 12. Alikutana kila wakati na wanafunzi wake.

Mlezi anapaswa akutane kila wakati na mlewa. Ningelipendekeza mara moja kwa juma majuma 9-12.

Mikutano hii inapaswa iwe ya lisalimoja kulingana na mda uliowekwa. Mlezi anapaswa awe anayejua kutunza mda na wakati.

Mara tu mwezi unapoonekana tu baada ya ishara kwa miezi 9-12 inapokamilika. Walezi wanapaswa wawe siku zote na mtazamo na pia kuangalia mwenendo wa mlewa.

Mikutano ya siku za usoni, yaliyomo, inayoitajika tendo la dharura NK. Inapaswa ielekezwe kuhusiana na kile kimekwisha kufundushwa.

Mikutano ya kila mwezi inapaswa

80

kupangiliwa hadi mwaka mmoja kuanzia mwanzo wa uhusiano wa malezi. Simu haipaswi kuonekana kila wakati lakini ni muhimu kuwasiliana kila wakati ikiwa pia ni njia moja ya malezi. Barua pepe na jumbe fupi ni njia pia inayokupalika kwa malezi.

Uhusiano wa malezi kamwe hautafika kikomo kabisa. kwa hakika, itadumu mda mrefu. Walezi wanapaswa kufurahia katika hali hiyo kwa njia ya ufanisi na ubora wa wale wanawake maishani mwao mwote.

HATUA YA 8- SABABISHA KILA KIPINDI CHAMALEZI KIWE CHA MUHIMU.

Yesu alikuwa ni wakili aliyetumia wakati wake vyema na kwa Hekima. Alitumia kila nafasi na kila sherehe wakakuwalea wanafunzi wake.

Alikuwa siku zote amejiandaa na alifahamu ni nini anayopaswa kukamilisha pamoja na kila somo aliloshiriki wanafunzi wake/walewa.

Walezi wanapaswa kutumia wakati waomchache pamoja na walewa wao kwa hekima. Wanapaswa waje kwa mikutano wakiwa wamejiandaa vyema. Wanapaswa kujua ni nini wanapaswa kutimiliza. Muda bora unap[aswa kuwekwa kwa ajili ya kutimiliza na kupangilia masomo kwa ajili ya ule mkutano.

Majukumu na kujukumika inapaswa kuelezewa kwa mlewa vyema. Walezi wanapaswa kufanya bidii kuona kwamba walewa wanafahamu kile kinachotarajiwa. Wanapaswa kupeana mambo yanayoitajila kwa walewa wakiwa na uakika wa kujukumika.

Walewa wanapaswa kufahamu kuwa wao pia wanajukumika kuhusiana na kujifunza tume iliyowekwa   mbele yao.

Kuamini, kujukumika, na kuwajibika ni nguzo tatu ambayo ndizo zishikiliazo ulezi na uhusiano wake.

HATUA YA 9 - MCHOCHEA MLEWA ILI AFANYIKE MLEZI.

Maandiko yatufunza wazi wazi kuwa lengo la Yesu kuanzia mwanzo wa ulezi na kuendelea pamoja na wanafunzi 12 walio wake ilikuwa ni kuwafanya walezi.

Kwa uvumilifu mwingi alimimina maisha yake kwa wao, akiwaanda a wao pia kumimina maisha yao kwa wenzao walifanyika walezi kwa kuwa mlezi mkuu aliwalea wao.

Walezi wanapaswa kujikumbusha wenyewe kuwa wao wanalea kwasababu walilewa pia.

Mlezi wao aliegeza mda, talanta, na hazina kuhusika kwa maendeleo ya wao kuwa jinsi walivyoleo, ufanisi walio furahia, na nafasi walizowekewa na sikashikamanishwa kwao.

Walifanyika walezi kwa sababu ya ujasiri kujifunza, na uelekeo kutoka kwa wao waliowalea.

Lengo moja la kila mlezi linapaswa liwe la kuzalisha hali ya kiroho. Wanapaswa wachukulie kwa kumaanisha kumhiga Paulo na mashauri yake kuwa awajulishe watu waaminifu watakaowafundisha na wengine wallo watu waaminifu.

Walezi wanapaswa kupanda mbegu kwa ajili ya walezi wa siku sijazo kwenye mchanga ulio mzuri wa uhusiano wa malezi kwa yule anayemlea mapema katika ile hali ya ulezi. Mbegu hizi zinapaswa kutiwa mbolea, kupaliliwa, kunyunyiziwa, na kuchoncholewa katika hali ile ya ulezi.

Mbegu hizo zitanyika zenye nguvu, na mimeailiyoendelea vyema wakati wa malezi. Walezi wanapaswa kuweka maono kwa ajili ya uhusiano wa kiroho katika kuzalisha ndani ya mlewa kupitia hatua itakayozalisha matunda kwa ajili ya siku za usoni mlezi mgeni.

HATUA YA 10 - MSAIDIE MLEWA WAKO AMTAFUTE MLEWA WAKE WA KWANZA.

Muunganiko ulioko toka kwa mlewa hadi kwa mlezi inatia moyo sana kuiona. Nifuraha kuu sana mlezi anapomtazama mlewa akimea mapewa ya ulezi, kuwazia hali ya kuwa pekee, na kuacha hali ya ulinzi wa walezi wao.

Wakiyajibu mapawa yao kwa mara ya kwanza, tena wakiwa na ujasiri, na kupaa juu zaidi kiwango ambacho hawajawai kufikia wakati mwingine kuhusiana na ndoto zao.

Marko 6:7 inakili kuwa Mungu anawatuma wanafunzi wawili ili aweze kutimiliza mambo makuu. Ambayo amekuwa mda kwa kusudi hilo.

Alitaka wao wafanyike wazalishaji wa kiroho. Walezi wanapaswa kupangilia hali hii tangia mwanzo wa uhusiano, lengo kuu hapa ni kuwasaidia walewa wafanyike walezi.

Uangalifu unapaswa kuwepo katika hali hii ya kumwelekeza mlezi aliye mgeni katika hali yake ya kuwafanya walewa. Hatua ya mpangilio kwa huyu mlewa lazima zipangiliwe kuandaliwa kuhusiana na huyu mlezi mgeni.

Kuwapitisha katika hatua ya kuwawezesha kuchagua vyema ni ya muhimu, hii itakuwa jaribio lao la kwanza kuhusiana na malezi. Moja wapo ya sehemu ya mwisho ya kulea ni kuwasaidia kufanya mahamuzi bora kumhusu mlewa wake wa kwanza.

Wahimize waweze kuwa na mawasiliano ya karibu kupitia hatua hiyo yote ya uchaguzi, hakikisha ufahamu wako wameupata, hekima, na msaada wafanye wajue kwamba ukopale kwa ajili yao wakati wowote ule wanakuitaji.

HATUA YA 11 - WATUME WALEZI WAPYA
Walezi wakisha kukamilisha safari yao ya ulezi, wako tayari kufanyika walezi. Lazima watamchagua mtu watakaye taka wamlee. Sasa wamekuwa tayari kuanza kulea.

Tukio la mwisho la yesu kabla arejee mbinguni baada ya kufufuka kwake ilikuwa ni kuwatuma wanafunzi wake ili wafundishe wengine kile wamejifunza, kulingana na kitabu cha Mathayo 28:18-20. Tukio la mwisho la walezi wazuri ni kutuma walewa.

Walezi wanapaswa kujulisha walewa kuhusu kile wamejifunza, majukumu yao ni nini, na hiyo akikisho la ujasiri ambalo limewekwa juu yao. Walezi wanapaswa kuwasababisha walewa waamini, kwamba watafanikiwa katika hali ya kuwalea wengine.

Walezi ni lazima wapeane ile uakika waliopewa jinsi ulivyo ambayo Yesu aliwaachia wanafunzi wake. Yesu aliwaambia wanafunzi wake kwenye kitabu cha Mathayo 28 atakuwa pamoja nao hadi mwisho wa Dahari.

Angelikuwa na wao popote wangelienda ulimwenguni. Walezi wanapaswa kuwakikishia walezi wapya kwamba wanapatikana iliwatoe msaada utakaoitajika katika safari hii ya ulezi. Walezi kujiweka kuwa chanzo kwa hawa walezi wapya kuhusiana na wakati wao wa kwanza wakuwaunda wanafunzi wapya. Wanapaswa kusawazisha kujitolea kwao katika hali ya kusaidia wakiwa pia wanapeana uhuru kwa wale walewa wao wa zamani.

Basi turejee hadithi yetu ya mvuvi kwenye ziwa.

kijana pamoja na mzee aliyemwenye ujuzi kuhusiana na uvuvi wamepotea sasa kwa meza 24. Hali ya hewa ilikuwa imeshuka kiwango cha-43 chini ya sufuri.

Hakuna yeyote aliyekuwa amewasikia ama kuwaona. Mpenzi wa kijana alisumbuka kiasi cha kuwa mgonjwa. Napia yule mzee alijalipia.

Kile kingelitendeka kwa wale wavuvi kwa hawa wavuvi wawili, mahamuzi yalifanywa kuunda sherehe na kuanza mzako wakuwatafuta wale kwenye ziwa ili wawapate.

Jumuiya ilikusanyika. Ziwa liligawanya katika visehemu, ili msako uanze. Mzako ulianza.

Kama masaa mawili katika kutafuta mtu mmoja mzee akaona mwangaza kwa mbali ukiwa ni wa kurunzi katika umbali kwenye giza. Inawezekana wawe ni wao? Alikaza kiatu chake na kujikaza hadi kwenye koo kisha snowmobilesped akalulumisha mbele kwa kazi.

Ule mwangaza ukazidi kungaa zaidi, giza ikawaondokea watu wale wawili wakifunga mikono yao wakijaribu kuwaita wale wanaokuja snowmobile.

Watu wale walipatikana! Habari za radio zilitumwa kwa kikundi cha uokoaji na kwa dakika 30 watu wale waliokolewa.

Yule mzee mvuvi alielezea kile kichotukia kuwafanya wakwame kwenye parafu. Alielezea kuwa makosa yalifanyika wakati tulipokuwa tukichukua hatua ya kuelekea mavuoni na kuja nyumbani.

Baada ya kukamilisha kukamata kiwango Fulani cha samaki, walianza safari kurejea nyumbani.

Basi Gegi yetu ya mafuta ilidhihirisha kwa ishara kuwa mafuta yalikuwa yameisha. Walikwama kwenye baravu, wakaondoa kofia zao za hewa, na wakaendelea mbele kumwaga ndani galani 5 za mafuta tuliyokuwa tumenunua na kujanayo.

Waliweka mafuta mengine na kuanzisha engine. Walitembea kama futi 20 kisha jumbo kikakataa kunguruma tena hawangeweza kuakisha engine.

Walijaribu kuchunguza aina nyingi iliyosababisha chombo kutowaka na jambo hilo likaleta uoga mwingi kugundua kwamba, kumbe walikosea walipoleta mitungi ya mafuta badala ya galani 5 ya petrol, walibeba galani 5 dieseli.

Walipokwama kwenye baravu, walijaza tangi ya mafuta la gari na kile walidhania kuwa ndiyo mafuta   halisi, gari la petroli halingeweza kufanya kazi na deseli.

Walipokwama kwenye baravu, walijaza tangi ya mafuta la gari na kile walidhania kuwa ndiyo mafuta halisi, gari la petroli halingeweza kufanya kazi na diseli.

Walikwama maili nyingi sana kutoka nyumbani na kiwango cha anga ilikuwa degree sufuri na ile uwezekano wa sisikufia kwenye baravu na pia giza. Makosa yao yakutojua iliwasababishia makosa makubwa.

Tukifuata mtindo ulio sawa kuhusiana na ulezi inaleta basi ufanisi mkubwa. Unaposhindwa kukusanya raslimali inayofaa au kuchukulia kila kitu bila kujali ingelileta matokeo kinyume.

Mipango kwa uangalifu inafaa na ya muhimu kwa mlezi. Hakupaswi kuacha chochote. Wanapaswa kuegeza wakati wao na raslimali kwa maisha ya wale anaolea.

Yesu anapeana mtindo mkuu kwa ajili ya mlezi kufuata. Unapofuata mambo haya hatua kwa hatua ni hatua katika hali ya kulea wengine ikiwa ni witikio mkubwa wa

kiroho kuhusiana na kuzalisha na kuwa na
walezi wengi.

Fuata mtindo wa Yesu hautaweza kukosea.

Mlango Wa 6

MALEZI YAANZE SASA.

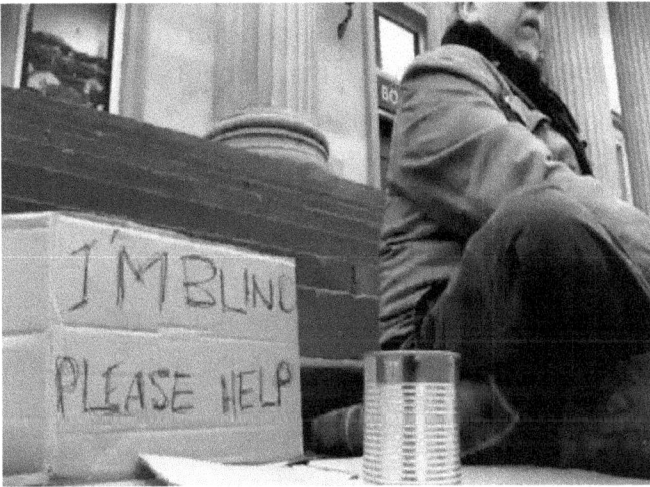

Miaka mitano mzee mmoja maskini aliporomoka chini tangia alipopoteza macho yake. Alikuwa hana familia hana jamii, hana makao, napia hakuwa na njia ya kujimudu kifedha; kiburi chake kilipungua. Alikasirika na kushushika.

Nilijikokota kwenye mahali pakutupa takataka, alipata kipande cha ubao na akaikunja kiasi cha kupinda kasha akaketi kando na kusema mimi ni kipovu tafadhali nisaidie.Alipata mkebe na kasha akausafisha ikawa safi alitumia makaratasi yaliyotumikq iwe kama taulo.

Alitumai mtu atamwonea huruma na angalau atupe fedha amachochote kile ambacho kingelimsaidia.

Mzee huyu alikuwa amekuwa sana katika mji wake wa kimetropolitandy. Hangeweza kuona chochote kuhusiana na hali yake hata kwenye giza. Alijiweka kwenye kona ya barabara iliyo nashughuli na pia watu wengi na ubao wake mpya pamoja na mkebe wake.

Wengi wa watu waligeuzaa macho wasimwone yule kipovu. Hakuna mtu alimtazam. Akuna hata mtu mmoja alitambua ama kujali hali yake iliyo mbaya.

Mtu mmoja aliyevaa vizuri na pia nadhifu alimkaribia yule kipovu na kwa haraka akahisi wito wa msaada. Alichunguza hali ya yule kipovu.

Bwana huyo alikuwa na CEO wa shirika kubwa katika mji huo. Alifika katika hali ya suluhisho linalowezekana kuhusiana na huyu maskini kipovu.

Ni msaada upi wakufaa ambao
ungelisuluhisha na kurekebisha hali na
mazingira ya huyu mtu kipovu? Je CEO
angelitoa wazo lipi litakaloweza kuleta
mapadiliko kwa maisha ya mtu huyu?
Tutagundua mambo hayo tutakapmaliza
hadhiti hii mwisho wa mlango huu.

Dr. Richard J.Krejcir kwenye nuku la
kufanikiwa kwa wanafunzi na malezi, inaleta
maoni makuu kuhusiana na mambo ya
kimsingi kuhusiana na walezi kukumbuka
hhttp://www.discipleshiptools.org

Jambo muhimu sana la kukumbuka ni
kuwa mtiifu kwa kanuni za neon la Mungu. Ili
linajumlisha lakini sio tu katika hali ya
kutokuwa mwaminifu kuhusu nidhamu ya
kiroho.

Walezi hawataweza kuwaadhiri wengine
ikiwa wao wenyewe hawana afya ya kiroho.

Kusoma Bibilia, maombi, kwa mwaminifu
kuhudhuria kanisa, ushirika wake wa kipekee
na uwakili katika uaminifu kupeana
kunapaswa kuwe hali na mtindo wa mlezi na
tabia yao iwe ndio maisha yao na pia hata
baada ya ushirika wa kimalezi.

Uhusiano wa kibinafsi inabaswa
kuthihirisha afya ya mlezi wanapofungua
milango ya maisha yao kuelekea mlewa.

Uhusiano mwema walio nao kwenye ndoa, watoto, watu wengine wa ukoo, wafanyi kazi wengine, washirika wa kanisa NK. Inagharimu uwezo wa mlezi kumsaidia mlewa.

Walezi wanapaswa kuweka baadhi ya mambo mawazoni wanapo fungua milango kuelekea ulezi mpya katika uhusiano.

- Kubakia katika nia ya maombi, kuweka hali nzuri ya mawazo, na kuwa mwangalifu kwa wengine kama watu wa thamana.
- Uwe umejiandaa unapokutana na walewa.
- Fika kwa wakati.
- Peana somo na kichwa na pia uwe na uwezo wa kimsingi.
- Bakia kwenye somo na umsaidie mlewa kubakia kwenye somo.
- Mkutano unapaswa uthihirishe masingara ya usalama katika hali ya kutuliza maswali, kupongeza, kupenda, kujali na uwezekano wa usalama.
- Ongeza maongeo lakini usiwe ndiwe unayeonekana ukiongea sana.

- Swali nzuri linaweza kumsaidia mlewa kuitikia vyema
  a)Kwa somo au mjadala na msaada katika ufahamu uliobora kwenye viwango au kanuni.
- Walezi wanapaswa kumchochea mlewa kufikiria kuhusiana kiwango na kiwango cha chini , kugundua kilele au kanuni inayosababisha kuelewa kile anacho maanisha, jinsi vile wanaweza kubadilisha kuhusiana na jambo hilo, najiisi ya kuongeza maishani mwao.
- Walezi wanapaswa kuwa na furaha wanapo waona walewa wakiendelea kukua na kupeana pongezi kwa bidii yao.
- Mlezi anapaswa kutafuta njia ya kumkuza mlewa. Kushiriki maisha na hadithi ya mlezi ni ya muhimu kumsaidia mlewa kutambua na kuwekeza kanuni na sheria za Mungu.
- Usiogope kuzungumzia maisha ya kweli ya kihistoria kuhusiana na hali ya kung'ang'ana ukiangalia sana kwa uangalifu ukiwekeza kanuni za ki Bibilia.
- Usiogope kuepa somo lililopangwa kwa ajili ya Juma hilo ili kushugulikia

changamoto ziliopo au kushushika moyo aliyo nayo mwanafunzi anaweza kuwa anapitia. Mruhusu Roho Mtakatifu akuelegeze.

- Anza kwa wakati na umalize kwa wakati. Walezi uwasiliana kwa walewa kuwa muda walionao ni muhimu katika hali ya kuanza na kumaliza kwa wakati.
- Uwe wazi, maakini, na mwepesi wa kufanya mabadiliko kwenye mtazamo wako na mtindo wakati itaji inapatikana.
- Walezi wanapaswa kufurahia walewa na kudhihirisha hiyo hamu kwao.
- Kuruhusu mlewa adhihirishe wazo alilonalo pamoja na mtazamo na kuonyesha heshima na upendo kwao.
- Walezi wanapaswa kufahamu kuwa sio kila mkutano unaleta ufanisi. Kutakuwa naugumu wakati mwingine kushushwa moyo. Uwe na mtazamo ulio nao, ambayo ndiyo imesalisha fanisi nyingi. Usiruhusu kuvunjwa moyo kukutawala.
- Walezi ni lazima waelewe kuwa nakala zilizo pangiwa zinawezekana sisitoshee kwa kila muda uliowekwa.

Usiwe tu na msimamo kuwa kila kitu kitajazwa kwa wakati huo na kukamilika. Rejesha nakala kwa mkutano unaofuata ikiwezekana au unaweza kuendelea mbele kwa kanuni inayofuata.

- Usiofu kushughulikia hali ya uongo na isiyo yakweli ya kupotosha ya mlewa. Uwe mtulivu na kwa uangalifu pamoja na upendo ukinuku makosa.
- Tunza sana hali yako , cheka na kusawazisha hali na kumaanisha katika majira ya mlezi.
- Mlezi anapaswa kumuongoza mlewa katika hali ya kujenga nia ya maombi katika Juma kuhusiana na mkutano, wakati wa mikutano, na pia baada ya mikutanao.

Basi tukirejelea hadithi yetu kuhusu yule mtu kipovu.

Yule kipovu alikosa uwezo na bila msaada wowote, angeliketi kando ya barabara pasipo mtu wa kumsaidia na pia kitu cha kuonyesha kuwa masaa hayo aameyaegeza au pesa za kununua kitu cha kukula.

Yule CEO alisimama na kuangalia hali. Aliona huruma kwa yule mtu na akatambua kuwa mtu yule aliitaji msaada.

Angelifanya nini? kuna baadhi ya mchamuzi angelifanya , angelirusha pesa kiasi kwenye mkebe ambayo alijua itamsaidia tu kwa muda mfupi. Alipuuza hali na akaenda zake bila kufanya jambo lolote. Hakuchagua mojawapo wa hizo.

Alimuuliza kipovu amtazame kuhusiana na ishara zake, kwa hivyo aliinua ishara juu na kulinua.

Alichukua chombo kikubwa kutoka kwa mfuko wake na kwa haraka alifungua kitu kutoka mahali palipokuwa na nafasi ya ishara. Akampa yule kipovu ilea lama na akienda zake.

Mara moja watu walipopita walianza kutupa pesa kwenye mkebe uliokuwa tupu. Baada ya madakika mkebe ulikuwa umejaa. Yule kipovu maskini hakuamini lililotukia.

Aliondoa pesa kwenye chombo hicho na kuziweka kwenye mfuko wake na kuweka chombo tena mbele ya ile ishara. Pesa ziliongezeka kwa haraka na kuchaza kile chombo mara ya pili.

Yule kipovu hakuamini jinsi silu zake za usoni zitakapokuwa lakini alijua kwamba ni lazima kuna chambo limeandikwa kwenye upao. Kisha alimuuliza mtu mmoja mpitaji amsomee yaliyoandikwa kwenye ubao.

Je unaweza kukumbuka kile kipovu alikuwa amedhihirisha hapo kwanza kwenye ishara? kipovu anahitaji msaada. Lakini ishara sasa inasoma "Leo ni siku nzuri. Unaweza kuiona. Nami siwezi!

Ninauakika unaweza kuona utofauti kwenye ujumbe. Jambo kuu la maelezo ni nini? yule kipovu angeona licha ya mapito ya maisha yake na matatizo yake.

CEO aliona njia iliyobora ya kumsaidia kipovu na hali yake. Ujuzi alionao, hali yale ya mapito na uweza ilimsaidia kumfanya yule mtu kipovu kua katika maisha bora.

Walezi inawezekana wasiwe CEO wa makambuni makubwa, lakini wanauwezo wa kuegeza katika njia iliyo sawa ya kimsingi kumelekea mlewa.

Mlewa wakati mwIngi inawezekana asione mapunguvu na kushindwa kuona uwezo walio nao. Walezi uchukua hasa madakika kadha wakiwa na mlewa katika majira haya ya ulezi. Wanafanya marekebisho kwenye ubao wa ishara.

Majira ya mlezi ni ya kibinafsi na ya kiroho ikijenga viwango kwenye maisha ya mlewa ili kwa njia hiyo umlea mlewa katika kukua kwake.

Uangalifu unapaswa kueko wakati wa maandalizi, ushiriki na kuleta hali ya ulezi na kuwa na mkutano. Basi tujitolee kwa hiyo na tuweze kuwa na bidii ya kulea.

Mlango Wa 7

TULIA, TAZAMA, SIKIZA

Bwana mmoja aliofia kuwa mke wake hakuwa anasikia vyema jinsi alivyo kuwa amezoea na akawaza kuwa itampidi aweze kupata chombo cha kusikilia. Jinsi ya kumfikia na kumelezea. Alimuita Daktari wa kijamii kuzungumzia hayo.

Daktari alimelezea kuwa kuna jaribio ndogo tu ambalo mume angelifanya ili

Daktari aweze kuelewa chanzo na sababu iliyosababisha masikio kutosikia.

"Hapa kuna jinsi utakayofanya", Asema Daktari, basi simama umbali wa futi 40 mbali naye, nakatika hali iliyo ya maongeo anza kuongea   kwa sauti ya kawaida. Ikiwa sio, enda hatua 30 ya futi kisha futi 20, na kuendelea hadi upate mwelekeo"

Wakati huo wa jioni mke alikuwa kwenye jikoni akiandaa chakula, na mume alikuwa kwenye meza ya chakula. Akawaza sasa wacha nijaribu jambo hilo.

Katika hali ya kusimama futi kama 40 umbali basi mwisho wa somo tutatafuta ni nini hilo alilofanya na kama kwa kweli alifaulu.

Kuwa msikilisaji mwema ni ya muhimu kwa mlezi na pia kwa mlewa. Udhihirisho wa kale; Tazama sikiza kabla kuvuka mpaka ni ya umhimu sana kuhusiana na hali hii ya ulezi. Walezi waliofanikiwa ujifunza kuwa wepesi umhimu wa kuwa walezi wazuri na wasikivu wazuri.

Kusikiliza ukiwa na masikio yaliyo na umakini inaweza kumsaidia mlezi kupata ufahamu mkubwa kumhusu mlewa. Inaweza kufungua mlango kwa ajili ya mlewa kushiriki hitimu zake zote kuhusiana na kufaulu kwake pamoja na kushindwa kwake na kwa njia hiyo inasaidia mlezi kutambua uwezo alionao mlewa na pia uthaifu, na maeneo ambayo inaweza kuitaji ufafanuzi zaidi.

Mlezi akiwa katika hali ya kujikumbusha kwa usikivu mno.

1. FANYA NA UDUMISHE MTAZAMO WA MCHO. Kuna baadhi ya vitu vinavyotokea au kuonekana unapoangaliana ana kwa ana.

- **Inaonyesha pia heshima**. Hasa mataifa ya magaribi ikijumuisha Marikani, hali ya kutazama inaonyesha heshima. Heshima ni ya muhimu sana kwa mlewa na inapokelewa na mlezi kupitia hali ya kuonana. Mtazamo wa macho unaleta hali ya usawa mbele ya watu.
- **Mlezi anaweza kupokea ufahamu** kwa njia hiyo tu ya tendo na hisia inayotiririka kupitia macho ya mlewa. Yote ni ya muhimu sana, huruma ya mlezi na kujali itaonekana tukipitia

hali ya kutazama kwa macho.
Kuangalia kwa macho uakikishe kuna
ujasiri mkubwa wa kuonyesha wako
kwenye ukurasa mmoja.

- **Inaonyesha umuhimu:**
Unapoangalia chini au mbali na mlewa
inadhihirisha ujumbe kuwa hauna haja
na mambo hayo na pia ni kujaribu
kuzuia yale mlewa angependa
kusema. Iliumtazame mlewa kwenye
macho, kutabasamu na kutokupuuzilia
wakati hadi mwingine, hili litaonyesha
hashima ulionayo kama mtu aliye na
mamlaka na unashiriki shauku hilo
kwa wengine.

- **Inaonyesha udhabiti:** Kumtazama
wakati unapompongeza na kumsifu
mlewa hiyo inadhihirisha hisia yenye
nguvu kumeulekea. Walewa sio tu
kwamba wanasikia kile unasema ila
pia wanasoma ujumbe ulio nao
kwenye macho ya mlezi.

  Udhabiti na pongezi kwa njia ya
kutazama inajenga uunganiko katika
uhusiano.

- **Inaonyesha ufahamu:** Kutazama
kwa macho ndio mojawapo ya
mawasiliano walezi wanapata

uakikisho kuwa kile wanachoelezea kinaeleweka.

Ili unawasaidia wao kuendelea na wazo linalofuata baada ya udhibitisho kwa njia ya macho kuwa nia yote anaelewa na kuhusiana na hatua hizo.

Kumtazama mtu macho ndilo jambo ambalo watu wengi hawajalitambua na kuwaza kulihusu. Watoto wanapaswa kufundishwa wakiwa wadogo kutazama mtu kwenye macho wakati ananeno nao.

Unaposhindwa kujifunza haya mawasiliano na ujuzi wake ingeliwazuia baadaye maishani kujifunza hili inaweza kusaidia kuanzisha, kudumisha, na kuchochea umbo la kimsingi, ambayo kwa njia nyingine inaweza kusaidia kubadilisha hali ya maisha.

2. KUPEANA JIBU LA KIEDITORIA.
Unaweza kuuliza kile unamaanisha kuhusiana na hilo. Mlezi mwema utambua hitaji na umhimu wa kusaidia wakati mlewa anashiriki hisia zake. Uoditori kwa njia nyingine ni kwamba kuwa wazi na kwa njia ya kuvutia kutia mlewa moyo ili kwendelea kuhusiana na kile wansema ni pia

kuwaakikishia kwamba wanasikizwa.

Ndiyo, la, ho, hakika, naona, um, mm, hiyo je ni sawa, wau na haki, haki ni mifano michache kuhusu (oditoria) hilo linatendeka wakati unaingilia mjadala na kudhihirisha kuwa unashiriki hali hiyo kuendelea.

3. UWE MWANGALIFU SANAKUHUSIANA NA HALI YA MAONGEO YA MWILI. Maongeo ya mwili ni ya muhimu sana na wengine wanaweza kukosa kuyaelewa. Maongeo mazuri ya mwili yanayodhihirisha kutoka kwa mlezi, usaidia mlewa kuhusiana na hisia utulivu na usalama wakati huo wa malezi.

Raslimali nyingi zinapatikana inapodhibitisha kwenye maelezo zaidi hali ya kudhibitisha mfano mwema kupitia mwili nitaelezea machache kwa ajili ya kukumbuka.

- Kufungua mikono inadhihirisha kwamba uko wazi na haujisuhii au kujikinga kuhusiana na lile linalosemwa na mlewa.
- Kutazama na kumuangalia mlewa ni udhihirisho kuwa unawapa wao mtazamo usiogawanyika, ili

ninachochea umuhimu wan a ubora pamoja na umuhimu wao kuinuliwa kuhusiana na lile linalojadiliwa.

- Kuguza kichwa kila mara inamhakikishia mlewa kuwa wewe unamsikiliza kile anasema na pia unahisi uzito wake.
- Kutabasamu kwa majira yanayofaa uleta choto kwenye mazungmzo.
- Udhihirisha o wa kuumaanisha udhihirisha kwa mlewa kuwa unaelewa umhimu na ubora kuhusiana na kile wanakuelezea.
- Jinsi unavyoelekeza mwili wako ni muhimu pia kutekeleza kusonga toka upande mmoja hadi upande mwingine kupitiza mlguu juu ya nyingine kila mara na pia kuachilia, kufunga mikono na kuacha kufunga mikono, kutazama pia kwenye dirisha au kwenye NK. Inawezekana isieleweke na mlewa au yule unamlea.

Jambo hili linaweza kuchukuliwa kuwa hauna haja kuhusiana na lile linasemwa na halina umuhimu kwa mlezi. Inawezekana ionekane kwamba mlezi yuko kwenye haraka na pia anamambo mengine ya umuhimu sana ya kufanya.

4. BAKIA KWENYE MTAZAMO. Mlewa atajihisi ikiwa umeelekeza mawazo kwa jambo lingine na ikiwa umejikabili kikamilifu kwa wakati huo na wao.

Mlezi anapaswa kuchunguza tena kwamba wanayazingatia yale mambo mlewa anawaelekezea wao.

Wakati mlewa au mwanafunzi anatambua kuwa unamsikiza na kile wanakuelezea, watakuwa huru kuendelea na kile wanaona kuwa wanafaa kuelezea.

Jambo moja la kutazama mia ni kuangalia kile mlewa anatazamia kusema. Ili ninaweza kudhihirisha kuwa wametambua kuwa wewe hauna haja sana na wao na kile wanachosema.

Bakia kwenye mtazamo na kwa utele ukishikamana na kuwezesha mlewa kujiihisi kuwa wanaungwa mkono na kwamba hicho ndicho kilele cha mtazamo, ili lina wachochea iliwaweze kuwa huru kushiriki hisia zao na kile kinatendeka maishani mwao.

5. UWE MWANGALIFU SANA ILI USIJE UKAHARIBU AU KUTATANISHA KATIKA MAJIRA HAYO, kumbuka $^{80}/_{20}$ kanuni ya kuwa msikivu mwema.

Walezi wazuri watabakia watulivu na kusikia sehemu ya 80% ya kile mlewa anasema na kisha achangie hasa 20% au kidogo tu kwa maneno yao wakati na sehemu ya maongeo.

Utatanisho unapaswa uwe kwa ufupi hasa kulingana na kile kimekwisha kusema na maneno ya kuchangia kuwatia moyo na mengi yatasemwa.

Mifano michache; hilo ni la kutia moyo sana, ilo ni safi, tafadhali endelea, ninapenda kusikia mengi sana kuhusu haya, ili ni la ajabu unaweza kuelezea kwa ubana kuhusiana na hilo. Hivyo ndivyo kuelekea kwenye njia inayofaa, NK.

6. RUDIA: KILE UMESIKIA, mlezi anapaswa kurudia kile mlewa amekisema mara kwa mara wakati wamaongezi. Ili lina kamilisha mambo mawili.

Mlewa au mwanafunzi wanapata

uakikisho kuwa unawasikiliza kuhusiana na kile unachosoma.

- Inakuakikishia wazi wazi kuwa unasikiliza kile kinasemwa. Hapa kuna mifano michache; kwa hivyo unasema, kwa hivyo haya yalitendeka Juma lililopita, na umekuwa ukihisi hivi kwa wakati mwingine, na uliwahi kujaribu hili hapo kale, kwa hivyo unajiisi kama umeshindwa , kwa hivyo ulijiisi kuwa hii ilikuwa ufanisi mkuu NK.

7. UWEMWANGALIFU SANA KUHUSIANA NA **SENTENSI YA KUMALIZIA** KWA AJILI YA MLEWA.

Kusaidia mlewa kwa hali ya kugawa maneno au kumaliza sentensi yao inapaswa ifanywe kwa uangalifu na pia kwa wakati unaokubalika.

Ukipeleka hali kwa haraka inamfanya mlewa ajiisi kuchoka au kuharakishwa. Inaweza kuwatatanisha kuhusiana na hali yao ya mawazo na kusababisha neon lililodhaniwa likawa limepotea na ikawa vigumu kunena.

Mlezi anapaswa kuwa na ufahamu wa

haraka kuhusiana na wakati mlewa anangangana kwa ajili ya maneno na umsaidie na wazo la kukamilisha mawazo yao na pia sentensi. Jambo hili linapaswa kufanya na wazo likiwa kama swali.

Peana maneno kanakwamba ni maswali unapomalizia sentensi. Mtazamo huu unamruhusu mlewa kukubali kwamba hakika umeelewa kile wanasema.

Mtazamo huu unamruhusu mlewa kuelezea na kusema kuhusu vile walimaanisha kuhusiana na kusema.

8. Jipime sana kuhusiana na kujitazamia wewe binafsi. Mlezi anapaswa kuwa mwangalifu anapopeana mfano wa kibinafsi na ishara. Ujuzi wa kibinafsi inaweza kutumika tu katika hall ya kuchochea na kuunga mkono kile mlewa anasema.

Lazima uwe na uangalifu sana unapotoa mfano wa kibinafsi ambayo inaweza kumsababisha mlewa kupoteza mwelekeo kuhusiana na kile anajaribu kusema. Ili linaweza kutokea kama kuvuta mtazamo na kukuelekea wewe kama mlezi na kusababisha mtazamo wa mazungumzo kupotea.

Usiwe na maelekezo marefu. Wakati

maelekezo ya kibinafsi yanatumika, ni muhimu yawe wazi, fupi, na kwa kimo, mkazo unahitajika ili kuweka maelezo kuhusiana na ulinzi na umuhimu wa kile mlewa anasema.

9. ULIZA MASWALI MUHIMU. Iwe kwenye kilindi cha mazungumzo na moyo pamoja na kilele cha maswali mazuri itakamilishwa kwa mlango unaofuata.

Mlezi yule anayesikiza vyema, atauliza maswali ya umuhimu inayo mtia mlewa nguvu ili awe wazi na kupeana mambo yake kuwa wazi kuelezea maelezo zaidi kuhusiana na somo.

10. FANANISHA KUHUSIANA NA LILE UNASIKILIZA. Mlewa ushiriki hisia katika wakati huo wa malezi. Mlezi anayesikiza vyema upeana kwa mlewa udhihirisho ulio makini kwa hali ya kutambua hisia iliyowazi na msisimko. Jambo hililinadhihirisha hali ya kujitolea na kuwa na huruma kwa yule anayelewa kutoka kwa mlezi.

TUREJEE HADITHI YETU

Wacha tupitie hadithi yetu kwa muda. Mume aliusika sana kuhusu mkewe kuhusiana na hali yake ya kusikia. Alidhani kuwa alikuwa na matatizo kuhusiana na hali yake ya kusikia.

Alimwita Daktari wake na kumuuliza ni nini anapaswa kufanya ndiposa aweze kupata sababu pasipo kumkwaza mkewe.

Daktari alimwelezea kuwa aweze kusimama futi 40 umbali na kisha aongee kwa sauti ya kawaida aone ikiwa atamsikiza. Ikiwa hataweza kujibu, songa tena futi 30, futi 20 na futi 10 hadi aweze kuitika.

Jioni hiyo mke alikuwa kwenye jikono akipika chakula cha jioni na mume alikuwa mahali pamapumziko. Akawaza kwamba nafikiri nimetimiza kiwango cha daktari cha futi 40 umbali wacha nijaribu.

Kisha kwa sauti ya kawaida akauliza, mpezi unapika nini kwa ajili ya chakula cha jioni.

HAKUKUWA NA MWITIKIO

"Mpenzi", "Unapika nini kwa ajili ya chakula cha jioni! Hakupokea witikio wowote.

Akatembea hadi kwenye mlango wa jikoni kama futi 10 umbali "mpenzi" "Unapika nini kwa ajili ya chakula cha jioni!" hakukuwa na witikio.

Kisha akatembea kuelekea ili awe nyuma yake na kwa sauti ya juu akasema 'mpenzi, "unapika nini kwa ajili ya cha jioni".

Kisha mke wake akaitikia kwa kulia katika hali ya mshtuko akasema James, kwa mara ya tano nimesema, nimekaranga kuku" mwendelezo wa hadithi. Tunaweza kuendelea walezi wazuri tunapaswa tuwe wasikifu wema.

Mlango Wa 8

SWALI NJEMA = ULEZI MZURI

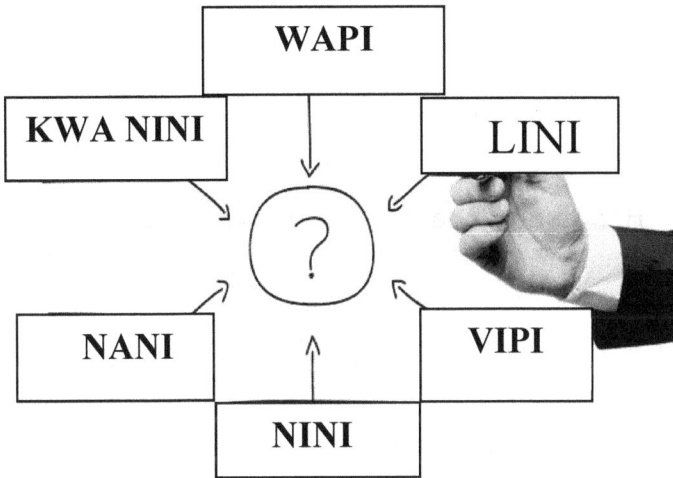

HALI YA KUULIZA SWALI NZURI
INAWEZAKUWA YA KUTATANISHA KANA
KWAMBA NI USIKUVU MWEMA.

Irene Leonard alisema hatua nzuri aliposema, kuuliza swali nzuri ni la kuzalisha, msingi, kiutaluma na inaweza kutupa kile tunahitaji.

Watu wengi wanaweza kuuliza ilikuwa la kweli na ilihali watu awaulizi maswali ya kutosha yaliyo mazuri. Pengine mojawapo wa sababu ni kwamba maswali ya kuadhiri inahitaji iweze kushikamanishwa na hali ya kuadhiri ya usikivu.

Hapa kuna baadhi ya vitu vya kukumbuka kuhusiana na maswali wakati wanalea.

1. ULIZA MASWALI YANAYOFAA: Angalia undani wa hiyo hali ya kujitolea na kwaminiana kuhusiana na uhusiano. Uliza maswali yanayofaa kulingana na swali na undani wake.

Kuomba sana kiundani aitaweza kufanya kazi kijumla ikiwa unauliza maswali ya kiuchunguzi baada ya kukutana kwa muda Fulani mikutano yenu itakosa makali.

Jaribu kutuliza uhusiano na kuelekeza kwenye kila somo. Wachw maswali yako kwa utulivu ianze kuwa na uwezo na uwazi.

2. ULIZA MASWALI YALIYO NA MWELEKEO. Fikia kilele cha kitu kile kinachoonekana.

3. ULIZA MASWALI YALIYO WAZI NA MWELEKEO. Chochea hali ya mchadala hasa maswali yanayo chazwa kwenye pengo ama yale yanaweza kujibiwa na "ndio" au LA ambayo haitaongoza popote.

4. ULIZA MASWALI YA KIASI . Kuuliza maswali mengi ukuba mambo yasiyo ya umuhimu kwa mlewa. Kwa mfano, badala ya kuuliza ni lipi lililokuwa bora, hasa lililo la umuhimu.
Matukio mengi yaliomo maishani wakati wa utoto uliza ni nini ulipenda, ya umuhimu, au tukio lisilola kawaida?

5. ULIZA MASWALI ZA KUFAFANUA: Mpe mlewa wako nafasi aweze kuunda vyema lile angelilitaji na kuweza kulikamata kikamilifu. Mtie moyo ili aelezee kwa nini anafikiria kuhusiana na kile anatenda, ni nini ilimleta kwenye mahamuzi kama hayo?

6. ULIZENI MASWALI YA KUADHIRI AU YA KURITHISHA NA NGUVU SANA NA INAWEZA KUDHANIWA YA KUTATANISHA.

- Maswali ya kuadhiri ni lakini sio yanayoonekana,
- Maswali ya kuadhiri ni kama NINI au VIPI.
- Maswali ya kuadhiri sio maswali ya kwanini. Maswali ya kwa nini yanaweza kumfanya mtu ajitetee na kujiwekea kinga kwa hiyo umakini unahitajika sana tunapozitumia.

Hapa kunabaadhi ya maswali ambayo inaweza kuwa ya msaada kuhusiana na hatua ya ulezi.

1. MASWALI YA KUHUSIANA NA KUJITAMBULIZA

a. Unajihisi vipii kuhusiana na kujitambuliza.

b. Ni nini inayokusumbua sana?

c. Ni nini hasa inayoonekana kuwatatizo kwa hili?

d. Ni nini hiyo inayokufuta nyuma?

e. Unafikiri kuhusu nini unapojaribu hii?

2. MASWALI KUHUSIANA NA HABARI ZAIDI.

a. Unamanisha nini kuhusiana na hilo?

b. Tafadhari nielezee mengi zaidi?

c. Lipi linguine?

d. Jinsi gani kufanikiwa kumekua kwako?

e. Mpango wako ni upi kuhusiana na jambo hili?

f. Utakabiliana na jambo hili kivipi?

g. Kwa hakika unataka nini?

3. MASWALI YA KITENDO

a. Utaenda kufanya nini?

b. Wakati upi utafanya hivi?

c. Unatumai kumaliza lini?

d. Hatua yako ya kwanza ni nini?

f. Hatua itakayofuata ni ipi?

John Malison Ministry ana ukurasa mrefu ya maswali kwa ajili ya walezi ili watumie kuwauliza walewa kuhusiana na kutambua hitaji lao kwa siku za usoni.

1. KUPANGILIA MPANGO WA MUDA MREFU

    a. Unataka maisha yako iwe wapi miaka tano hadi kumi ijayo?

    b. Ni nini unafikiri kuwa inahitajika kukufikisha hapo?

    c. Ni nini unaona kwamba inakuzuia kufika pale?

    d. Ni nini itakusaidia?

2. MAMBO YA KIMSINGI YA MAISHA.(maswali kuhusu urafiki, ndoa, familia, maisha ya kiroho, uduma, kazi na kujiuzisha kwenye mambo ya Jumuiya, Nk).

    a. Unahitaji kukua ukiwa wapi?

    b. Je unamatatizo ya kuendelea kuhusiana na maeneo?

    c. Ni zipi hizo?

    d. Ni wapi hapo unajihisi kushindwa

    e. Ni wapi unajihisi hauwezi umesongwa?

3. MASWALI YA KIMSINGI YA KUFIKA KUHUSIANA NA KUKUA KWA SIKU ZA USONI.

    a. Ni nia ipi unajihisi au umuhimu kuhusiana na hitaji unayojihisi kulea na kuiwezesha?

     b. Ni mtindo upi ulionayo unao jaribu kuubadilisha au kuujenga?

     c. Ni njia ipi unataka kuitumia kuendeleza maharifa na ufahamu?

MLANGO WA 9

Mkutano unaofanikiwa wa malezi.

Upangaji mwema wenye hekima katika hali ya kwendelea kwa masomo ya ulezi itawezesha mikutano ya kuzalisha kwa wingi na ubora wa kutumia muda kwa ajili ya wote wanao usika. Maendeleo ndicho kufungua kuhusiana na mipango yenye hekima na iwe ndiyo mpango dhabiti wa mkutano.

Kuandaliwa na agenda ndiposa mkutano uweze kudumu kwenye lengo. Hapa kuna kanuni tano itakayosaidia hali ya mkutano wa ulezi kufanikiwa.

Mapema nyakati zangu nikaanza uongozi, niliandaa mtazamo wa hatua tano ili ifunike kanuni hizi ambazo zimenifanyia kazi vyema.

Walezi wanapaswa kuelewa kuwa agenda lazima ielekezwe lakini sio kwamba inawekwa kwenye jiwe.

Ajenda zinapaswa ziwe zenye nguvu iliziweze kuweka mkutano imara, lakini pia kuiweka kwenye hali iliyo dhabiti na pia inayoweza kuingilia mambo ya dharura.

KANUNI YA KWANZA - MAJARIBIO

Hatua ya kwanza ni kukusanya habari zitakayo kuwa za msaada kwa mkutano wote. Salamu za kawaida na mswada upitizwe kati ya mlezi na mlewa.

Hatua hii ya kwanza ni ya muhimu sana kwa sababu wanapeana habari kuhusu kile ambacho kinaendelea kwa mlewa na maisha yake na jinsi inawezekana wawe wakipendeklea kihisia, hali , na pia kiroho.

Kuuliza maswali mazuri wakati na majira ya kufungua na kufanya na kudumisha mtazamo wa macho utamchochea mlewa kushiriki kile kilichomo moyoni mwake.

Mfano wa maswali nzuri mmoja anaweza kuuliza kuwa mambo yanaendelea vipi? Nielezee kuhusiana na Juma lako. Kuna jambo lolote ungependa kushiriki? Mambo yanaendelea vipi? Mambo yanaendelea vipi kazini? Je unaendelea vyema kihali? Familia yako iko vipi?

Uangalifu ukisikiza ili hali ukidumisha ile mtazamo wa macho itamsaidia mlezi kuelewa mwelekeo ambao mtakao unapaswa kuelekea. Inawezekana kuwe na hali inayohitaji mtazamo kuhusiana na somo lililowekwa kwa ajili ya mkutano.

Uwe mwepesi na usiogope kwendalea kuwa na mtazamo kuhusiana na tukio au hali. Mlewa anaweza kuhitaji msaada ulio bora na wakusaidia ilikuelewa, kushambulia, na kushinda changamoto hizi zilizo mpya.

Changamoto hizi zilizo mpya zinaweza kuleta majira ya mafundisho kwa ajili ya mlewa. Mlezi anapaswa atambue matukio haya yote kama maeneo muhimu ya ulezi.

Rudieni katika haliya kimtazamo kazi iliyopita

KANUNI YA PILI: KUCHUNGUZA KIUNDANI

Hatua ya pili ya mkutano ni kuchunguza kuhusiana na repoti iliyosikika wakati wa hatua ya kwanza au sehemu ya mkutano. Ni nini inapaswa kuchunguswa?

- Sehemu ya kwanza ya uchunguzi ni kuchukua kile ambacho mumekusafa na kuweka akiba kuhusiana na kile mlewa alishiriki. Kuna jambo lolote ambalo linaweza kuelezewa kiupana? kuna jambo lilitajwa ambalo lilionyesha picha ya jambo la dharura?
- Sehemu ya pili ya kuchunguza ni kuangalia jinsi ilivyo vyema imetimilika kila jambo lililoamriwa kwa mkutano uliopita. Kujukumika ni moja wapo wa umuhimu sana kama sehemu ya hatua ya ulezi.

  Walewa wanapaswa kuambiwa mapema kuwa waowanatazamiwa kutekeleza tume au kazi waliopewa na

126

pia watatoa hesabu kulingana na bidii walioweka. Wakati wa mkutano wa maelezo, walezi wanapaswa kuchunguza kwa sauti wakiwa na mlewa jukumu waliopewa wakati wa mkutano uliopita.

Ili linapaswa kufanyika mara moja kwa wakati, tukiruhusu uwitikio kutoka kwa mlewa kulgana na hali ya uzito wa kila kazi.

Ulinzi unapaswa kuweko kumruhusu mlewa adhihirishe ufanishi wao na kushindwa kuhusiana na ukamilishaji wakazi. Habari za siada kutafuta maswali au maoni maneno ya kuelezea kwa upana, itamsaidia mlezi vyema katika hali ya kupima maendeleo yao kwenye maeneo hii.

- Hatua ya tatu uchunguzi ni hisia za haraka kuelewa mlewa anaendelea vipi ili linapaswa liwe chambo la kiujumla likitazamwa vizuri katika hali ya kujumlisha habari iliyopatwa na mlezi:

Mlezi ataweza kuelezea kwa haraka kuwa ikiwa hatua ya ulezi itaendelea kuwa na kufanya kazi, ili linausika na hali ya kujitolea kwa mlewa. Katika hali yao ya kujitolea kupokea mwelekeo na ushauri, na uweza wao wakufaulu nakupata ufanisi katika hatua hiyo.

Uchunguzi wa kiumakini inahitaji ubora na ufasaha kuhusiana na habari mlezi lazima awe mwangalifu kuhusiana na kile mlewa anaweza kuwasilisha mapema kwenye mkutano wakati wa majaribio. Kupima mambo vizuri nifunguo wa kuamua mwelekeo katika mikutano itakayo kuja yote.

CHOMBO CHA TATU - MAJUKUMU

Hatua ya tatu kuhusiana na mkutano wa malezi ni kupeana majukumu kwa ajili ya mkutano unofuata lazima uelewe ni nini inahitajika katika hali ya kuelewa lile linalo tarajiwa kuhusiana na matokeo yake.

- Kupeana kazi nyingi inapaswa kuzuiliwa ila tu kazi za umuhimu zitakazo msaidia mlewa ajinyoshe na kujiendeleza inapaswa kuwekwa.

Kupeana majukumu kwa mlewa pamoja na matarajio na uadhilifu inapeana mpini ambao utafikia ngambo ya saidi ya kazi iliyowekwa wakati wa malezi.

- Kuamua kazi iliyowekwa inapaswa kuweka baadhi ya vitu.

  Kwanza- Kazi iliyowekwa kwa mkutano uliopita, ambayo kwa kweli haijafaulu kiutimilifu. Lazima iangaliwe naikiwezekana ifanywe upya tena.

  Mengi yanawezwa kujifunza kupitia hali hiyo ya kutomaliza kazi. Huu ni wakati wa kujifunza nayo haipaswi kupuuzwa na mlezi. Maoni yatashirikishwa baadaye kwenye mlango huu.

- Pili - Kazi mpya inapaswa au isipaswe kuwa ya muhimu kwa mkutano unaofuata.

  Wakati mlewa amefanya mwendeleo unaofaa, kisha sasa ni muhimu kuweka au kupeana kazi nyingine kwenye mpango. Kazi mpya inapaswa iwe kwenye tume mpya iliyopeanwa pamoja na malengo ya siku sijazo. Kazi hii lazima iangaliwe na kufikiriwa vyema na mlezi kabla mkutano.

Kazi inapaswa iwe ni mbinu ya kiujumla kuhusiana na hali ya kula kuhusiana na mlezi akimhelekea mlewa. Kazi hii mpya inapaswa iwe ni ndani ya uweza wa mlewa.

Kuna vitu vitatu ambavyo mlezi anapaswa kukumbuka anapopeana kazi Fulani kwa walewa.

• Kazi ni lazima ielezewe kwa upana na ushauri ulio mwepesi na matarajio ya kipekee mlewa anapaswa kuaxha mkutano aliyejua kwamba kile wanatarajiwa kufanya.

• Mlewa na mlezi lazima wakubaliane kuhusiana na kipimo cha wakati ili kazi ikamilike. Tarehe ya kukamilisha lazima iwekwe kuhusiana na kila kazi. Kutangaza mwisho utainua umuhimu wa kazi na kusaidia mlewa afanye katika mttazamo wa juu.

Mlewa anapaswa kukumbushwa kuwajibika inahitajika kwa ajili ya kazi iliyowekwa ikiwa wataelewa picha ya juu ya kazi yatakayopeana kulingana na bidii, ililitatumika kama kichocheo cha kuwawezesha kutimiliza kazi.

Sababu kuwa watajibika ni kwamba uwajibikaji unaweza kutia moyo na kusukuma mbele kuliko kuhairisha na kurudisha au kuvuta nyuma.

CHOMBO CHA NNE- ELEKEZA

Kuelekeza ni chombo cha nne au hatua ambayo itasaidia mkutano wa malezi iwe na umaana sana na ufanisi. Neno kuelekeza linaelezea utofauti na mtazamo kuhusiana na ni nini itakayopeanwa kwa mlewa wakati wa mkutano wa ulezi.

• Shirika hali hii ni ile ya kuwa unashiriki pamoja na mlewa: uchunguzi wa uaminifu, thiaka, ziliso na msingi na hatua za kimsingi, kuwezesha kusonga mbele. Kazi ya kipekee ya kimsingi ilikubaliwa mapema kwenye mkutano unaohitaji hatua dhabiti ya kimsingi hatua za kuchukua ndiposa kutimiliza kazi hiyo.

Walezi hawapaswi tu kuwa wazina jukumu ya kazi wakiweka muda uliopimwa na kiwango, lakini wanapaswa pia kupeana mashauri kuhusiana na jinsi ya kupima kuhusu kile kitakacho timilizwa na mlewa. Jinsi ya ukamilisho wa mlewa ni ya muhimu!

- Kuwa -mlezi anapaswa kutumia muda akiandaa nalaka iliasiweke mikononi mwa yule mlewa. Raslimali yenye msaada ni muhimu ichunguzwe, izalishwe, na kisha ipeanwe mikononi mwa mlewa.

Somo lote lazima lielekezwe na somo ili lizungumziwe, kibinafsi na pia kiroho malengo lazima yatimizwe, kukua pia katika hali ya kinidhamu ya kiroho, familia, wa karibu, na kuangalia maeneo yaliyo madhaifu yanayohitaji kutiwa nguvu.

CHOMBO CHA TANO UTHIBITISHO

Hatua ya tano kwenye mkutano ni UTHIBITISHO. Uthibitisho unafafanuzi wa kufutia umakini kwa ajili ya uthibitisho.

Nimechagua vichache vya hii kuelezea jinsi mkutano unapaswa kumalizika au kufika kikomo.

- <u>Neno la kwanza ni kutangaza</u>. Mlezi anapaswa kumfanya mlewa atambue kuwa kuna hatua anakua. Mlezi anapaswa kusema vitu kama - Nina Barikiwa sana kuhusiana na jinsi vitu vinaendelea kwa kweli unafanya hatua kubwa.

• Kutaja sehemu moja ya maendeleo kwa kufanya hivi, walezi wanatangaza kutambua na kupongeza bidii ya walewa.
• Neno lapili linalo patikana katika ufafanusi wa udhibitisho ni uthibitisha. Mlezi anatafuta kuthibithisha na kuakikishia mlewa kwamba watakuwa au watafanikiwa.

Walewa wanahitaji uthibitisho kwamba wanafanya vyema hata kwa kazi yao inayosalisha. Wanahitaji uthibitisho wa walezi wao. Wanahitaji ithibitike MAWAZONI mwao.
• Kuungwa mkono ni neon la 3 linalopatikana kutokana na uthibitisho wa udhabiti. Kila kila mlezi kwenye mkutano anapaswa kuongeza tofari katika ujensi kuumgwa mkono ambao ni ukuta wa walewa.

Wanapaswa kufanywa wajiisi kuwa mlezi anapaswa kupeana maneno msaada wa nyavu aina hii ya msaada inamtia moyo mlewa kuanzisha zaidi ya maeneo yao ya starabu kujaribu kitu kingine kikubwa.

Uthibitisho uchochea umuhimu wa kibinafsi na kupeana uweza wa kujimudu. Uthibitisho unasaidia kumaliza mkutano kwenye kilele cha juu, ili ni jambo la muhimu kwa sababu litamsaidia mlewa kuendelea mwondoko uliotolewa wakiwa pamoja kutiwa moyo, na kuweka mtazamo kwa mkutano unaofuata.

Jaribio, kupima, kugawa jukumu, maeneo, na uthitisho utekeleza kazi kuu ya mpangilio kwa kufanya ajenda na uelekezo kwa mkutano unaofaulu waulezi.

Mlango Wa 10

NIDHAMU YA KIROHO

Kulikuwa na Lumberjacks mbili na moja ilikuwajee kuliko nyingine. Moja ambaye ni mchanga wa huo wawili alikuwa na kiburi kiasi kwamba angelichonjoa kiwango cha hesabu ya miti haraka kuliko lumberjack ya zamani.

Yule Lumberjackalijulikana kwa harakaaliyokuwa nayo alipiga changamoto yule mdogo kumsaidia kujifunza somo la mhimu. Kisha alibuni jambo kuona nani angelikata chini miti mingi kwa siku moja.

Wakaanza yule kijana akachonjoa mti baada ya mwingine bila kukoma. Alikuwa amejiamini, alijua kilele chake kinafutia sana na pia kuhusiana kwenye ahadi kuhusiana na labali chake alimtambua Lumberjack yule mzee angelikabwa kama lisali moja kisha anabumika kwa dakika 15.

Ni lipi wewe unafikiri kukata miti yote basi mwisho wa siku wa somo hapo mashindano? Tutapata hili mwisho wasomo hapo mwisho wa mlango.

Kukua na maendeleo ya mlewa na pia nidhamu ya kiroho zimeandaliwa katika hali ya umuhimu na yanayowezekana kuhusiana na hali ya kujenga maeneo ya ubinafsi maishani.

Wanapaswa kumkumbatia iliyo ya muhimu na nidhamu ya kiroho.

Nidhamu ya kiroho ni nini? Tamko hilo inaunda umoja pamoja na Mungu pamoja na lengo la kuishi kiungwana kufanikiwa mwisho yake za kiroho.

Wanaitwa wanafunzi kwasababu sio wa kawaida. Wanaitwa nidhamu kwasababu wanafanya mambo yasiyo ya kawaida. Nidhamu ya kiasili ikijumuisha maendeleo kimatendo ndani ya ule mpangilio wa mwili wa asili ama hali ya kiakili iliyoisawa.

Nidhamu ya kiroho ni ile mazoezi yaletayo hali ya milango kufunguliwa kuelekea kilele cha juu cha kiroho. Wananidhamu kwa sababu tunapaswa kufanya mahamuzi ya kimuhimu tunapojipeana kwa hayo.

Kuna nyakati ambayo huwa haufanyi kile tunajihisi kuwa tunapaswa kufanya kile tunajua ni muhimu sana kuhusiana na sfya ya kiroho. Nidhamu huleta medhotologia, ramani ya mpangilio, na mpango wakutupeleka kwa hayo yote ambayo tungeliweza hata kupuuza hali yetu ya kiroho.

Mlango huu utanguliza maeneo yanayo julikana kuwa nidhamu ya kiroho. Kuwa na nidhamu ya kiroho inahitaji bidii na

kumaanisha pamoja na ahadi zilizo na
zawadi.
   Authetic Discipleship.org

htt://ww.autheticdiscipleship.org.Inapeana
mlango mkuu ikitangulisha nidhamu ya
kiroho
   Nitaendelea nikitumia baadhi ya mawazo
iliyoko kwenye mlango.

Je ni hitimu zipi zinazohitajika kuhusiana na nidhamu ya kiroho?

- Nidhamu ya kiroho inaitaji kujitolea
  kusisitiza kuhusiana na kukua kiroho.
- Nidhamu ya kiroho inaitaji kwa kujitolea
  kusukuma tendo linalo chochea maisha
  yanayodumu na mtindo wa mawazo
  ambayo matokeo yake ni kufunja
  mzunguko wa maisha. Matokeo ni kuwa
  na mtazamo wa hali kuelekea uweza wa
  kufanyika mmojawao.
- Nidhamu ya kiroho inaitaji tendo la
  marudio linalochochewa mahamuzi ya
  kiroho badala ya kuinuka kinyume yaani
  dhidi ya mazingara na hali.

- Nidhamu ya kiroho inaitaji mwendelezo wa kiroho na mtindo wa kukubali kujiweka kwenye hali ya mazoezi ya kiroho ya moja na lengo la kuwa na umoja na Mungu.

Nizawadi ipi inayoletwa kupitia nidhamu ya kiroho

- Ukomavu wa kiroho kama mkristo ni zawadi kuu sana inayopatikana kupitia kujipeana kwenye nidhamu ya kiroho.
- Umoja na Mungu ni zawadi nyingine.

Walewaa wanaweza kuona maisha yao ya kiroho imeinuliwa kutoka kwa yaliyo ya kawaida na yasiyoyakawaida.

Sasa wacha tumalize hadithi kuhusiana na Lumberjacks.

Mmoja alikuwa ni mzee kuliko mwenzake. Na yule mdogo alikuwa na majivuno kiasi kuhusu ukweli wa hali kwamba yeye angelikata miti kwa haraka na pia ikiwa ni nyingi kuliko yule mzee.

Ingawaje yule mzee ambaye ni Lumberjack alikuwa anajulikana na kwa haraka aliyokuwa nayo, alishindwa kuhusiana na hali ile ya kumpa changamoto yule mwingine mdogo. Kwa hivyo akatoa wazo kuwa wawe na mashindano ya kuona kuwa ni nani atakaye kata miti mingi namna hiyo kwa siku.

Wakaanza, na yule kijana alikuwa akichonjoa moja hadi mwingine na angeweza kukoma, alikuwa ameamua.

Alijua kuwa hali hii ina uvuto alipogundua yule Lumberjack mzee anayekata miti hasa kwa lisali moja hivi kisha anapumzika kwa dakika 15.

Lakini mwisho wa siku ulipotimia mzee akasema aliyekuwa amekata $1/3$ zaidi ya yule Lumberjack mchanga.Kijana akashangaa sana na akasema jinsi gani mzee alikata miti nyingi kumliko yeye hasa baada ya kupmzika muda mrefu.

Nami sikupumzika hata kidogo nami nikapuumzika siku nzima   yuleLumberjack mzee akasema ni rahisi sana kila wakati ninapokoma na kuketi chini, sikuweza hata kupumzika, na pia nilinoa shoka yangu ikawa makali.

Nidhamu ya kiroho sikuzote uweka maisha ya kiroho au shoka ya kiroho kuzitunza zitasababisha mlewa kukua, kukomaa, na kuwa na ufanisi dhidi ya shimo refu.

Tunaweza kuangalia vitu kadha ambazo zinaweza kuhitimiza kama nidhamu ya kiroho. Kuna kurasa nyingi sinazopatikana kwenye Plethoria ikiwa ndio chanzo cha wingi uliomo na nidhamu inayoitajika ya kiroho.

Kwa kweli yote haiwezekani kupatikana kwenye kitabu hichi.Nimechagua chache ambazo tutazungumzia kwa milango miwili inayofuata. Walezi wanahimizwa kuchunguza kupanua, na kuendeleza ukurasa wao wenye likilinganishwa na mahitaji ya mtu pinafsi akiwa ni mlewa.

MLANGO WA 11

NIDHAMU YA NDANI ILIYOYA KIROHO

Katika Kirene kale Socrates alikuwa na ufahamu kwenye kiwango cha juu. Siku moja Ackuinder akamwambia Akuinte mwana phyylosophla mkuu; anatambua kile nilisikia kuhusu rafiki yako?

"Hebu tulia kidogo" Socrates alijibu, kabla uniambie kitu ningependa ninyi mpite ainafulani ya mtihani, inaitwa Triple filter "akaseme hayo ni sawa"Nieleze kuhusu rafiki yangu, inawezekana kuwa hatua njema kuwa na muda kuchucha kile unaenda kusema. Ndio sababu ninaita The triple filter test.

Socrates alianza kufanya mtihani akiuliza maswali matatu. Maswali ni mazuri na yanaubora kwa ajili ya kila mkriisto kuuliza leo.

Na mwisho wa mlango utaangalia habari hiyo ya hadithi na majawabu yake na jinsi yaliadhiri wageni kiundani kuhusiana na hali ya kiroho kuhusu nidhamu.

Hali ya kiroho kuhusu nidhamu ni maeneo pazuri pakuanzia wengi wetu wataweza kukubaliana kwamba Bibilia inamengi ya kusema kuhusiana na hitaji la maombi kwa kila maisha ya kikristo.

Yesu anaweka mfano kuepa kidogo kuingia faraghani ili aombe, (Luka 5:15-16). Kuna aina ya vifungo kwa maandiko tungeangalia kwa, Wakolosai 4:;2 na Matendo 6:4.

Maombi. ni nidhamu ya kiroho kuhusiana na sababu kadha

- Maombi ndio njia Mungu anatumia kututosheresha kuhusiana na upenyezo kuingia kwa uwepo wake. Ukiwa kwa uwepo wake, tunakumbana naye kibinafsi na kupokea faraja, uwezo, na mwelekeo.

- Maombi uamisha mtazamo wetu kutoka kwa vitu vya kawaida hadi vitu vya kiroho vya umilele.

Maombi upanua mtazamo na kusaidia sisi kupata ufaamu bora wa Mungu Picha kuu kuhusiana na mpango huu na majukumu yetu kuhusiana na mipango hii.
Maombi utusaidia kusonga saidi ya vipimo vyetu na ufahamu saidi kuhusiana umaana dhabiti wa Mungu kuhusiana na ukweli na uzima.

- Maombi ni mageuzi! Inatufanya kwa umakini kuwa na ufahamu kujihusu kamaa watoto wa Mungu, changamoto sina tufanya tuwe kama Yesu, na kunyenyekeza mioyo yetu kuwezesha Mungu atutumie kwa makusudi yake. Kuchunguza neno la Mungu: Ni la muhimu sana kiroho na kinidhamu. Ujuzi wa kihisia kupitia tamanio haitaweza kutufanya tuwe huru katika mioyo yetu au kutia moyo mawazo

145

yetu.Yesu alitufundisha kuwa Yesu ndiye ukweli unaofungua milango kuelekea uhuru: Kujifunza utia moyo nidhamu na kujiweka imara kuhusiana na mawazo kwa njia ya kuendeleza maarifa na hekima.

- Bibilia inaelezea nidhamu hii ya kiroho na vipenge vichache pili Timotheo 2:15, Warumi 12:1-2 inakuja mawazoni.
- Ni njia ipi iliyo nzuri ya kuelezea neon kujifunza kama nidhamu ya kiroho?
- Ni njia ya kujifunza kumhusu Mungu na kufahamu ukweli alio nao na mambo muhimu kupitia hali ya kujifunza Bibilia au maandiko.

Unapompenda mtu, unapaswa kumjua kwa vyovyote vile kumhusu yeye. Ni njiaa moja ya kufanyika karibu naye. Kufahamu kumjua Mungu ni njia moja ya kuweza kuzama katika upendo nay eye.

Kuwaza na kuwazua pia ni kujifunza, kutafakari ni kuendelea, kujifunza ni kwa kuchunguza kiumakini.

- Kujifunza Bibilia inawezekana iwe ni mkusanyiko wa vitu:
- Kusoma maandiko kila mara.
- Kujifunza mwelekeo wa historia ya ukombozi.
- Kujifunza kitabu hadi kifikie hali ya kushikamana nacho hadi hatua iliyotokea ya ukombozi.
- Masomo ya mpangilio wa somo ikiwa na mtazamo mmoja kumelekea Mungu na ukweli ulioshika mtazamo waleo.
- Kwa nini uweke hali ya kujifunza kuwa kama nidhamu kwa maisha yako?
- Nidhamu hizo zote ni niaa ambayo Roho Mtakatifu utumia kubadilisha sisi. Mfanywe upya mawazo yenu. Ni njia moja ya kufanya upya katika njia ya kutia mkazo mabadiliko ambayo Mungu ameaanza ndani.
  Haitoshi tu kuamini ukweli tusiousikia kutoka kwa mtu mwingine.
  Inachelewesha hali ya
  kujifunza sisi wenyewe na kujipatia ukweli sisi wenyewe.
- Katika hali yakutengeza ukweli mimi mwenyewe, sio tu kwamba nimebadilika kupitia ukweli ila pia nimejiandaa kupeana hesabu ya imani niliyo nayo kwa wengine.

Kutafakari. Ni njia nyingine ya nidhamu ya kiroho.

Wakati mtu anawaza kuhusu kutafakari, ukristo hasa sio ndio jambo la kwanza na pia sio iliyo ya kwanza inayokujaa mawazzoni. Kwa hakika wakati tunawaza kuhusu kutafakari tuna dhania mtu aliye na miguu imepitana na kisha anatazama juu .Yoga hana ufahamu kuhusiana na kutafakari.

Hata hivyo, kutafakari inachukuliwa kuwa ni nidhamu ya kimsingi ya kiroho inayopeana utoshelezi waajabu nafasi ya kuwa na wakati mwema katika uwepo wa Bwana katika ukimya.

• KUTAFAKARI NI NINI?

Kuna aina nyingi ya kutafakari sinazotumika kwa madhehebu mbali mbali, lakini ukweli wa maneno ili la kutafakari ni kulingana na mkusanyiko wa neon ni kueendeelea na kutamka na kuwaza kwa upole kuhusiana na somo au mwendelezo wa somo la undani sana na kutafuta umaana wa ndani kuhusiana na mambo ya kiroho.

Kama vile imekwisha kusemwa, hakuna

yeyote kulingana na imani yake iliyo na monopolio kwa hali ya kutafakari. Kutafakari ni muhimu katika utulifu unapowaza na kukumbuka kuna kitu.

Kuhusu hali ya ukristo, kutafakari ni kuwaza kwa ndani kuhusiana na jambo lakufanya kuhusiana na imani.

Leo kutafakari inatumika kila mahali toka Yoga hadi theraphi. Kuna aina nyingi aina nyingi ya kutafakari ambayo inamtazamo katika hali ya kupumua, vitu, hisia, na mengine.

Imepangiliwa kuwasaidia watu kukua katika ufahaamu wenyewe, leo uhusiana na ulimwengu wao, imani yao, na hata uponyaji ikiasili na kihisia katika majerui yake.

Utafakari wa wakristuo una historia yake.

Utafakari wa kikristo ina siku zote, kielekeza kama maombi ya ndani. Kutafakari imeendelezwa na kupuluzwa na wakristo kwa ulimwengu wa sasa.

KWA NINI TUTUMIE KUTAFAKARI?

Ikiwa kutafakari imefanyika yenye nguvu kwa Wahindu na wa Buchisti. Je ni muhimu pia wakristo kuendeleza hali ya kutafakari?.

Kiini cha wewe kutafakari ni kuakikisha kuwa inakusongeza karibu na Mungu.

Joshuaa 1:8 kitabu hiki cha sheria kisitoke kinywani; lakini utautafakari usiku na mchana, upate kuangalia kutenda sawasawa na maneno yote yaliyoandikwa humo maana ndipo utakapo ifanikisha njia yako, kisha ndipo utakaposiitawi sana.

Zaburi 46:10 tulieni mjue ya kuwa mimi ni Mungu.

Vifungo hivi vinatufundisha kuwa ukimya, utulivu, na kunyamanza, na matulizoo mengine hayyyo kwa ajili ya kutafakari ndio ufunguo wa kumjua Mungu.

Uhusiano nay eye haituhusu na kuwa kwetu sana ikipeana hitaji ya kile unahitaji au kibaya. Uhusiano ni kuwa na wakati mzuri nay eye katika hali ya utulivu na usikivu ili yeye anene kwetu sisi.

Kutafakari ni mojawapo za hali tulivu zinazoo ruhusu kwetu kufanya upya mawazo yetu yanayousikana na maswali kuhusiana na kile kinaendelea ulimwenguni na kujiburudisha kwa Bwana.

Ni ya muhimu sana tunapojiisi kuwa tumetengana na Mungu au kufungwa na mashaka na masumbufu.

Kutafakari ni nidhamu ya kiroho inayoturuhusu kufanyika na kutosheka ndani ya Mungu. Inaumba pia hisia ya umoja pamoja na yeye. Inatusaidia tuishi kuwa uwepo wa Mungu upo nasi ndani ya Bwana.

Jinsi gani tunatafakari?

Kuna hali mbili za kutafakari inayofanya hali kuwa rahisi kwa ajili ya mkristo kumuelekea Mungu.

- Ya kwanza inaitwa kutafakari kuliko na mtazamo. Kwa aina hii mtu anamtazamo juu na hali ya kupumua ikiwa na mtazamo wa kitu kimoja, ambapo inawezeekana iwe ni maandiko, umbo, au sauti kulingana na imani walionao.

Unapofinya mtazamo wako,kile unataka kukitazamia kinafanyika wazi unapoketl katika ukimya na kupumua. Unajifunza kuachilia iende chochote kinacho kuzunguka na kuwa na mtazamo kwa Mungu.

- Kutafakari kwa aina nyingine kunaitwa kutafakari kwa kuwaza aina hii ya kutafakari inaelekea hisia.

Hii ni aina nzuri ya kutafakari wakati unahitaji kuishi uwepo wa Bwana ukikuzunguka. Unajiweka katika hali ya ukimya na kuruhusu chochote kinacho pita kwa mawazo yako kipite tu, lakini awezi kufanya lolote kuhusiana na wazo lolote lile au mfano wake.

Tunaweza vipi kupata wakati wa kukariri?

Tunaishi kwenye ulimwengu ulionashuguli nyingi hata kupata muda wa kukaa peke yako sio kila mara kutafakari inagharimu uweza na hata kuendelea.

Tunapaswa kuwa wa punifu na kutafuta muda. Inawezekaanaa tuuwe naa dakika chache za kukuwezesha kuwa pekeyako na Mungu.

Tunaweza kupata dakika chache kabla tutoke kitandani, asubuhi au wakati tunasafiri kazini katika hali ya kuendesha gari. Pengine tunaweza kupata maeneo tulivu wakati wmchana.

Kunasababu kwa nini tutafakari ni nidhamu ya kiroho. Tunapaswa kufanya bidii kuakikisha kuwa tuna wakati mzuri na Mungu.

NA PIA NIDHAMU YA NDANI YA KUFUNGA

Basi ukristu wa kiroho ni nini? kwaa kweli tunapuuza kitu kuhusiana naa mwili ili kumtukuza Mungu, kuinuaa roho zetu, na kuingiaa undani kwenye maombi yetu naa maisha hayo.

Kufungaa kwa kikristo sio kwamba ni aina Fulani ya kazi iliyoamriwa na Kristo au inaitajika kupitia maandiko hata hivyo hiyo aimaanishi kuwa kufunga hakukubariki kama moja wapo wa ukuaji wa kiroho.

Matendo 13:4 na 14:23 inanakili kufunga kwa waumini ni muhimu kabla wafanye mahamuzi. Kufunga na kuomba ina shikamana pamoja (Luka 2:27 na 5:33 ni mifano miwili tofauti.

Kufunga ni njia moja wapo ya kudhihirisha kwa Mungu na pia kwa wewe kuwa tunamaanisha kuhusiana na uhusiano wetu na wewe mara nyingi, mtazamo wa kufunga ni kujikana kutokana na chakula.

Hata hivyo sababu kuu ya kufunga ni kuondoa macho yetu kutokana na vitu vya dunia hii na kisha kumtazamia Bwana.

Kufunga kulingana na maandiko hasa

inanena kuhusu kuacha chakula. Lakini kuna njia zingine za kufunga, chochote kile unaweza kukiacha ndiposa upate mtazamo na mwelekeo dhabiti na Mungu basi itachukuliwa kuwa mfungo.

Kufungwa inapaswa iwe kwa muda Fulani uliowekwa, hasa ikiwa kufunga ni kuhusu chakula. Unapoenda muda mrefu bila kula chakula naweza kudhuru mwili. Kufunga haijawekwa ili iadhibu miili ye, lakini kuwa na mtazamo kwa Mungu na kulisha nafsi yetu.

Kufunga haipaswi kuchukuliwa kama aina ya kupunguza mwili au uzito. Hatufungi ilitupoteze uzito, ila tu tupate ushirika wandani na Mungu.

Kila mmoja anaweza kufunga, wengine wanaweza kukosa kufunga kutokana na chakula., walio naugonjwa wa sukari, lakini hata hivyo mtu anaweza kuwacha kitu ili aweze kuwa na muda na Mungu.

Hata kuzima runinga kwa muda inaweza kuwa pia ya kusdhiri. Niwazo nzuri kwa muhumini kufunga mara kwa mara .

Kufanga haitaji sana kwenye maandiko lakini inakubalika kwa kiwango cha juu. Sababu ya kimsingi kwenye Bibilia ya kufunga ni kuwa na mtembeo wa karibu na Mungu.

Tunapotaka mawazo yetu kuhusiana na vitu vya ulimwengu huu tunaweza kumtazamia Yesu kikamilifu.

Mathayo 6:16 -18 unapofunga usiwe kama wanafiki wanavyofanya. Maana wao ukunja nyuso zao kuonyesha watu kuwa wamefunga. Nawaambieni ukweli, wamekwisha pata dhawabu yao. Lakini unapofunga, jipake mafuta kichwani na uoshe uso wako, ndiposa itakuwa wazi kwa watu kuwa unafunga, lakini kwa Baba aliye mbinguni aonaye sirini na Baba aonaye yaliyo sirini atakujaza.

SASA TUREJEE HADITHI YETU

Katlka ugiriki ya kale, Socretes zilirudiwa sana kushikiliana maharifu kwenye kiwango cha juu. Siku moja yule uegraintan alimuuliza mwana philosophy "Je unafahamu kile nilisikia kumuhusu rakfiki yako.

Tulia kiasi Socrates akajibu kabla uniambie jambo lolote ningependa upite jaribio kidogo. Kabla uongee kwangu kuhusu rafiki.

Inawezekana iwe ni wazo nzuri kuwa na muda wa kuchuja haya ambayo unaenda kusema"

Ndio sababu niliweza kuleta Trible filter test. Jaribio la kwanza ni ukweli. Jee umewahi kuchunguza   kwa undani kuhusu kile unaenda kuniambia ni kweli. Mtu yule akasema la nimesikia tu kuiuzu.

"Sawa Socrates akasema kwa hivyo aelewi kwa hakika ikiwa ni sawa au sio sawa"
Sasa wacha tujaribu kichungi cha kwanza kichungi cha WEMA. Je kile unataka kunielezea ni kuhusu rafiki yangu kuhusu jambo nzuri? "La hata hivyo kwa hivyo Socrate akaendelea unataka kuniambia kitu kibaya kumhusu, lakini hauna ukweli wake wote.
Inawezekana pado upite jaribio kuna kichungi kimoja kimebaki, kichungi cha ubora, ndicho kile unahitaji kuniambia kuhusu rafiki yangu anapoenda kuwa mwema kwangu la siyo hivyo' yule mtu akasema "ndio" imekamilika asocrates. Ikiwa kile unataka kuniambia ni ukweli au wema au iliyobora, kwa nini uniambie kabisa.
Socrates nidhamu ya kiroho ikaingia tu kwa sababu angelifanya mahamuzi ambayo hayangekuwa ya kimsingi na ya kumsaidia yaliyo mema au ubora kwa hali hiyo yote.
Mlezi wa kiroho anapaswa kusisitiza kwa

mlewa kuhusu umuhimu wa kuwa na nidhamu ya kiroho na iliyo ya ndani, mlewa ataelekezwa na ukweli kufuatilia hayo ambayo ni vyema, matokeo yake ikiwa ni kuvikwa vyema kuhusiana na vyombo vya kiroho katika maeneo yote maishani mwao.

Mlango Wa 12

NIDHAMU UYA NJE YA KIROHO

Siku moja kijana mwanafunzi alikuwa akitembea na mhandishi wakaona viatu vizee vimewekwa kwa njia ambayo ni yamtu masikini, tutachukua viatu vyake kisha tutasificha kwenye msitu ule na kisha tutazama jinsi tutaweza na kuona vile atapanga atakaposikoza.

"Rafiki yangu yule mhandishi akajibu, hatupaswi kujichosha kwasababu ya maskini"

Wewe ni tajiri na kuna njia unaweza kujipeana mwenyewe na kufurahia sana kupitia mtu yule ambaye ni maskini wacha ni seme kuwa tutapata kile mwandishi alisema na kile wanafunzi walijifunza kuhusiana na tendo hilo mwisho wa mlango huu.

Uinjilisti ni mojawapo ya nidhamu ya kuonekana nje .
Donalds Whitney aliandika andiko nzuri sana kuwa wazi na kueleweka kwa waumini kabla hawajashiriki na wasio amini,

Inaeleweka kuwa walewa wako na ufahamu na dhamira ya ufahamu wa injiri na inawezekana kuwasilisha kwa wengine.

Je mtu anaweza kuwa uwazi kufahamu na kwamini injili na sio kile chakutaka kushiriki na wengine au kutafuta njia ya kuzambaza hiyo? injili ni udhihirisho wa mtu kujieleza kibnafsi.

Roho Mtakatifu anafanya kazi kupitia habari njema kujenga maisha ya kiroho ndani yake. Anafanya kazi kupitia maisha haya mapya wakisambaza ujumbe wa Yesu kwa wengine waamini wapya upenda injili kwa njia ambayo inawachochea kushiriki ujumbe wake.

Uadhiri wa injili kwa mioyo ya waumuni ni

kuumba ubalozi anayehitaji kuhubiri na kueneza kwa wengine kumhusu Yesu na kazi yake. Tambua nilisema yule mtu anataka kutangaza.

Kwasababu nyingi anaweza kushindwa kufanya hivyo, lakini shauku liko. Shauku haijashikamana na hali ya kutaka kuishinda hadi matarajio ila kuna tamanio ya kweli ya kudumu na kuona wengine wakifanyika wafuasi wa Yesu.

Ikiwa hali hii ya kuadhiri haijatukia kwenye mioyo ya wale wanao kiri na kutangaza kuwa niwa injili, ati hivyo kama mojawapo za matatizo inkua kwa mashaka wanakubaliana kuwa injili ni kweli, wakidhania kuwa kukubaliana ni imani inayookoa nayo haijaegemea juu ya injili ya wokovu.

- Kwa kweli hawatafahamu haya

UINJILISTI: MTIRIRIKO NA NIDHAMU
Licha ya mabadiliko ya injili watu wanashiriki habari njema kutoka kwa bubujiko na uadhiri maishani mwao, kungali pia na tazamio kuwa injili ni hali mojawapo ya kutia nidhamu.

Ni rahisi sana kwa balozi kulemewa na majukumu na mizigo ambayo sio kawaida wao kujipata kwenye hali ili wawe na mazungumzo yenye umuhimu na wale wasio wakristo.

Kutazama uinjilisi kama hali ya nidhamu na pia njia ya kupendeza kutawezesha kufanya maamuzi. Tunachagua kuwa na watu waliopotea badala ya kufurahia kuwa na wakristo. Tumaini letu nikunena na wao kuhusu Yesu.

Tunapaswa kukumbuka kuwa injili ni ujumbe tunayowasilisha kupitia neno la Yesu kristo na matendo yake. Nidhamu ya uinjilisti ni kutangaza kuelezea maneno na mifano yake uadhiri uadhirifu wa kushuhudia kwetu; ila wakitazama mfano ambao hauokoi yeyote yule.

Kwa kipimo sio tendo, na pia muhimu sana jinsi silivyo lakini ni neon la injili iliyo na nguvu za Mungu kuleta wako wokovu kwa yeyote aaminiye, **Warumi1:16.**

Tume kuu ta Yesu kwetu sisi ni kuwafanya wanafunzi kwa ajili yake kwa mataifa yote **Mathayo28:19-20** sio ajali au tukio. Kusudi kuu la kazi hii iliyo kuu ni kuegeza na pia inahitaji nidhamu.

Inawezekanaje wewe kimakusudi tengeze nafsi ya kunena habari kumhusu Yesu?

HUDUMA NI NJIA NYINGINE YA KUPATA NIDHAMU.

Mungu alitupa mojawapo ya mifano mikuu kwenye Bibilia tunaiita meza ya Bwana ya mwisho. Yesu aliingia kwenye chombo na kuanza kuwaosha wanafunzi miguu.

Kumuosha mtu mwingine miguu ilikuwa ni jambo kuu sana wakati huo kihistoria ilikuwa ni kazi ya utumishi na pia ujuzi wa chini yaani kushusha.

Wanafunzi walimtazama Yesu akiwa ndiye kiongozi mkuu na mwalimu, kuosha miguu ya mitume ilikuwa ni tendo la unyenyekevu kwa mtumishi kufanya, ambaye ni Yesu Kristo.

Kwa tendo hili moja Yesu alipeana somo la kufutia sana kuhusiana na unyenyekevu na pia huduma. Kutumika ni nafasi na pia kipawa. Baada huja kwa njia nyingi, lakini kuhusiana na kusudi lake inatuleta karibu na Mungu.

Yohana 3:12-16 basi alipokwisha

kuwatawadha miguu, na kuyatwa mavazi yake, na kuketi tena, akawaambia je, mmeelewa na hayo niliyowatendea? 13 Ninyi mwaniita, mwalimu, nanyi mwanena vyemamaana ndivyo nilivyo,. 14 Basi ikiwa mimi, niliye Bwana na mwalimu, nimewafawadha miguu. Imewapasa vivyo kulawadhana miguu ninyi kwa ninyi. 15. Kwa kuwa nimewapa kielelezo, ili kama mimi nilivyo watendea, nanyi mtende vivyo. 16 Amini amini nawaambia ninyi, mtu mwasi mkuu kuliko Bwana wake mtume si mkuu kuliko yeye aliye mpeleka.

Huduma ni kuweka imani kwa matendo.

Hakuna yeyote kwetu aliye juu ya kutumika. Nimoja wapo ya hali iliyo rahisi sana ya hali ya kiroho ikiwekwa kwenye matendo vijana na vikundi vyao ufundisha pia nidhamu hiyo ya kiroho kwa njia ya mikutano ya adhara, kwendaunishieni, na saidi, ila kwenda katika hali ya uduma tu haitoshi.

UDUMA INAPASWA ITOKE NDANI YA MOYO

Uduma iliyo ya kweli utoka moyoni. Nidhamu ya kweli iliyo ya kiroho inausisha pia hali ya kuchukua mahitaji ya wengine kabla yetu.

Kutumika sana inawesekana ifanyike uharibifu kwa imani yetu. Ni muhimu sana kwamba tuombe Mungu atusaidie kudumisha nia iliyosawa ya ibaada inayoenenda pamoja na maombi na nafasi ya kuwezesha kuwatendea mema wengine.

UWAKILI NI MOJA WAPO ILIYO YA NJE.

Kujifunza uwakili uliobora kuhusu pesa ni sehemu muhimu sana ya imani kuhusiana na maisha ya kila siku: Bibilia inataja neon pesa mara nyingi kuliko neon upendo.

Ili linaweza kuonekana lisilohitajika lakini kupenda pesa inawezekana iwe na hisia ya ufisadi kujifunza kutunza pesa vyema inawesekana kumfanya mtu aonekane kuwa anajukumika kama mkristo na pia mtu mzima.

Yesu anafananisha mithali ya Dinari kwenye Luka 19:11-27 inayoelezea umuhimu wa kuwa wakili mwema juu ya imani yetu na maisha yetu. Uwakili mwema ni muhimu kuhusiana na nidhamu ya kiroho.

Hapa kuna njia zilizo muhimu za kudhihirisha mkristo aliye imara kwa hali ya uwakili maishani.

Fahamu kwa kile unacho miliki ni mali ya Mungu uwakili mwema inauzisha vitu tulivyo navyo ikijumuisha pesa zetu, ni Baraka kutoka kwa Mungu yote tulio nayo yatoka kwa Mungu.

Tunapaswa kujukumika mno kuhusiana na pesa tunazo pata na jinsi tunavyozitumia. Tunapaswa kutazama mali yetu kuwa kama hazina ambayo Mungu ametupa, na kufahamu nafasi hiyo ya kuzimiliki.

Tumia hazina yako vyema kwa uangalifu Ikiwa umebarikiwa na pesa na vitu, Mungu anakutumainia wewe ili utumikie vitu hivyo kwa uangalifu. Kuwa Wakili mwema wa kifedha uwakili aumanishi kuweka pesa mahali ambapo la sitaweza kuona jua au mwangaza.

Pia aimaanishi kutumia pesa zote. Tunatumia uhusiano wetu na Mungu kuonekana pia jinsi tutakavyo tumia pesa na mali anayopeana. Mrejeshee Mungu

Ni muhimu tuweze kurejeshea Mungu ndiposa tuweze kutumia pesa na vitu ambavyo Mungu ametupa. Tunapaswa kuegeza pesa kwa ajili ya watoto wetu kwa siku za usoni gharama.

Tunapaswa kuakikisha kuwa tunampa Mungu kwa njia anayotushauri na kutarajia. Ili linaanza kwa kumpa Mungu fungu.
Fungu ni kiasi cha chini kilicho cha kuanzia kuhusiana na fungu la kumi kutokana na mapato tunayo yapokea. Fungu la kuni ndicho chanzo, sadaka ikiwa saidi ya fungu inaweza kufuata.

Ili linamaanisha kupeana kile unaweza kuanzisha chanzo ndani na nje ya makanisa yetu. Wakati mwingine uwakili mwema ni kupitia kwa vitu tulivyo navyo na kuweza kupcana kwa wale walio na hitaji lefu.
Fahamu kwamba utaacha mali yote uliyonayo nyuma.
Tunapaswa kuweka pesa mbali na siku zetu za usoni. Wakati kuponda vitu kunapoingiliana na imani yetu tunaweza kupoteza mtazamo kuhusiana na jambo hilo na kukosa mambo muhimu.
Uwakili mwema ni kudumisha usawa kati ya kuwekeza na kupeana inahitaji mazoezi na nidhamu.

Tunapaswa kuweka mawazoni kuwa haijalishi ni tarakilishi ngapi, magari, viatu, vipeti, Nk, tunazo miliki, tutasiacha nyuma siku moja na tutasimama mbele za Mungu.

Tunaenda tu na vile vitu vya kiroho ambavyo haviwezi kuharibika wakati wa moto wa ukumu. Kwanza Timotheo 6:7 inatukumbusha kuwa wakili wema wanafahamu kuwa hawawezi kuchukua chochote wanacho miliki kutoka kwa dunia hii.

UNYENYEKEVU NI NIDHAMU NYINGINE YA KIROHO.

Licha lkuwa ulimwengu unaweza kufikiri nini, hakuna jambo la kukusababisha uwe mdhaifu kuhusiana na hali ya ninidhamu ya kiroho kuhusiana na unyenyekevu. Hata hivyo, ni mojawapo ya nidhamu iliyo gumu sana kuweka kwa matendo.

Tunataka kujitegemea na pia wenye nguvu lakini hatuitaji watu kutukanyaga. Sehemu iliyo muhimu ya kutekeleza hali ya kuwa na nidhamu kuweka usawa kuhusu kuwa wazi na kuwa mnyenyekevu tukifahamu maeneo ambayo watu hawapaswi kutuchukulia kimapavu.

Kunyenyekea inamaanisha kujukumika

Wakristo wanajukumika kwa Mungu. Tunafahamu kuwa anaona yote tuyafanyayo na tunapaswa kuungana dhambi zetu kwake.

Tunajukumika pia kwa Mungu. Tunafahamu kuwa anaona yote tuyafanyayo na tunapaswa kuungama dhambi zetu kwake.

Tunajukumika pia kwa wengine wanaotuzunguka. Tutajukumika pia kuhusiana na matendo yetu, hayo pia yanaweza kusemwa kuhusikana na pia na hali yetu ya imani.

Tunajukumika kuhusiana na matendo yetu jinsi tunavyoshikamana na imani. Watu wan je wanatazama matendo yetu na wao kisha wanatoa maoni kumhusu Mungu kuhusiana na kile tunatenda. Tunapaswa kuwa watiifu kuhusiana na sheria za Mungu na kuwa vielelezo vyema kwa wengine na kumpendeza yeye.

Waeberania 13:17 watiini wenye kuwaongoza, na kuwanyenyekea maana wao wanakesha kwa ajili ya roho zenu, kama watu watakaotoa hesabu, ili kwamba wafanye hivyo kwa furaha wala sii kwa

169

kuugua, maana isingewafaa ninyi.

Tuna kuwa wasi kupata mielekeo kwa sababu tumekubali wenyewe kujukumuka. Kupokea au kukubali kukozolewa vyema wakati mwingine ni vigumu.

Hii ndio sababu moja kuwa unyenyekevu ina chukuliwa kuwa nidhamu ya kiroho, inagharimu kuweza kukubaliana na hali ya kukozolewa vyema. Nirahisi sana kuweza kujitetea na kupuzilia mbali kile unaambiwa kuwa ni kibaya.

Wakati mtu amekwisha kuwa na hali ua unyenyekevu kiroho wanauwezo wa kukubali kukozolewa na kupokea mwelekeo. Wao sio tu wanakubali, wanakuwa wazi kwa jambo hilo.

Methali 28:13-14   Afichaye dhambi zake, hatafanikiwa, bali yeye aziungamaye na kusiacha   atapata rehema 14 Mwanadamu mwenye kicho yu
heri siku zote, bali mshubavu wa moyo ataangukia madhara.

TUNAPOKEA NINI TUNAPOKUWA WANYENYEKEVU

- Tunajifunza mengi kuhusu maisha yetu tunapoweka nidhamu ya kiroho iliyo nyenyekevu.
- Tunafanyika wavumilifu.
- Tunajifunza unyenyekevu.
- Tunajifunza jinsi yakuwa waaminifu kwa wengine na pia sisi wenyewe.
- Tunafanyika wenye nguvu kwa imani yetu kwa sababu hatumo tena katika haliya kuficha udhaifu wetu kwa wengine.
- Tunaweza kuwasikiza wengine tukIwa na akili timamu.
- Tunavunja mviringo wa kujifikiri kwanza.
- Tunajifunza waziwazi jinsi ya kujiweka mikononi ya Mungu ambayo inatutuhusu kujenga uhusiano wetu nay eye.

I Petero 5:6-7 basi nyenyekeeni chini ya mkono wa Bwana uli hodari, ili awakwaze kwa wakati wake. 7. Huku mkimtwika yeye fedha zote, kwa maana yeye hujishughulisha sana kwa mambo yenu.

- Jinsi gani tunaweza kuweka unyenyekevu kwa matendo. Kufanya mahamuzi ili uwe mnyenyekevu ni vizuri, lakini kuyaweka kwa matendo ni jambo linguine. kuna baadhi ya vitu tunapaswa kufanya kutuwezesha kuendeleza hali ya kiroho ya nidhamu.
- Tunza ulimi wako. Chukua muda kabla unene hasa sana ni muhimu kuzukiza na kumeza kwanza kuhusiana na kile wengine wanakuelezea.
- Uwe WAKUPAMBANA. Usichanganye kunyenyekea katika hali na hisia ya kiroho na kuruhusu watu kukutumia vibaya kabla ufanye kile wengine wanakuelezea. Pima dhidi ya kile Bibilia inafundisha.
- Uzijiweke kuwa wa kumaanisha ndio sisi zote tunapenda ifanyike vile tunasema. Jiulize kwa kweli ikiwa italeta mabadiliko yoyote tukijaribia wazo la mtu mwingine.

- Pima vile unafikiri. Jaribu kutazama ni kwa nini tunajipata kila mara kwenye magumu kuhusiana na jambo la kuwa mnyenyekevu. Ni wakati upi unakasirika? Ni wakati upi wewe ujiisi kuwa na upinzani? Muulize Mungu akusaidie ujione wewe mwenyewe.
- Chukua masaa machache kuweza kujisalimisha kwa kila mmoja anayekuzunguka muda huo wewe pia ukipambanua na kuwazua.Weka kando hitaji lako au hisia kwa dakika chache.

Sasa turejee hadithi yetu

Siku moja kijana mwanafunzi alitembea na mhandishi. Wakaona viatu mzee kando ya njia, ambayo ni ya mtu maskini anayefanya kazi kwenye shamba karibu nasi . Alikuwa Karibu tu na kumalizia kazi yake ya siku.

Mwanafunzi akamuuliza mahandishi kwamba wafanye ujanja kwa yule mtu "chukua viatu vyake na ufiche nyuma ya ule mzitu, na tuone jinsi atakavyofanya atakapozikosa"

"Rafiki yangu', akajibu mhandishi, hatupaswi kujichosha kwa sababu ya maskini".

Wewe ni tajiri na kuna njia unaweza kujipeana au kujifurahisha kupitia maskini huyu. Weka peni au shillingi kwenye kila kiatu, na kisha tutaficha na kuona vile hali ya kutafuta kwake itamhadhiri.

Wanafunzi wakaweka pesa kwenye kiatu, na kisha wakaficha nyuma ya kichaka kilicho karibu. Mtu yule maskini akamaliza kazi yake naye akaja karibu na mahali aliacha viatu vyake pamoja na koti lake.

Aligonga mguu wake kwa kiatu kimoja chake na kisha akasikia kitu kigumu ndani ya kiatu. Akavua viatu kisha akapata maela kadha ndani yake.

Alitazama kwa mshangao mkubwa mno kuhusiana na kile amekishika mkononi mwake. Alitazama zile hela, aligeuza moja na kisha kuitazama mara kwa mara. Alitazama kando na hakuna yeyote alionekana karibu.

Aliweka pesa mfukoni mwake na kuendelea kuvaa viatu vilivyofuata lakini mshangao wake ulizidi kuhusiana na hali ya kupata hela zingine kwenye kiatu kingine.

Furaha ya kuzizimuka ikamzidi yeye. Alipiga magoti, akatazama juu mbinguni na kupeana maombi kwa sauti kuu ya shukrani kwa Mungu.

Alinena kuhusu mke wake aliyekuwa mgonjwa na pia watoto wake walio kuwa bila chakula. Pesa kutoka kwa mtu asiyejulikana itamsaidia mtoto wake pamoja na mgonjwa kupona.

Wanafunzi waliguzwa sana na machozi yakaja machozi "sasa" Asema mhandishi je mnabarikiwa na kile mlifanya kuliko kile uliwazia kufanya?

Hili litanifunza somo ambalo sitaweza kusahahu" akajibu wanafunzi. "sasa kwa kweli ninafahamu ukweli wa maneno hayo ambayo sikuyafahamu hapo kale ni heri kutoa kuliko kupokea".

Kwa kweli, nivyema kutoa kuliko kupokea. Unapolunza na kusimamla nidhamu ya kiroho ya ndani itadhihirika kwa nje kwa njia ya matendo. Kutunza nidhamu ya nje, matendo ya nje kuhusiana na matendo itazalisha na kuchochea ukomavu wa ndani wa kiroho.

Mlezi anapaswa kuweka mkazo kuhusiana na neon muhimu kuwa nidhamu ya ndani na pia ya nje zinaenda pamoja. Ulinzi wa ajabu na ukarimu unapaswa umsaidie mlewa kutimiliza haya.

WAZO LA MWISHO

Hatua ya mwisho kuhusu mlezi ni kufahamu ni wakati upi hatua ya ulezi imeendelea kiasi cha kuweza kumhezesha mlewa kujisimamia. Ninamaanisha nini kwa hilo?

Kuna hali ya hisia ya ukamilisho wakati mlezi anamuona mlewa akikuwa na kuendelea kwake kufikia hatua ya ukomavu.

Mtu anafahamu vipi kwamba mlewa amefika kiwango hicho? hilo sio swali rahisi kujibu na pia sio msingi mwepesi wa kujibu. Ninaamini majira hayo huja wakati mlewa anakamilisha Juma yake kuendelesha nidhamu ya kiroho maishani mwake, kulingana na mwenendo wake na uhusiano, na amejiandaa kuchukua jukumu la   mlezi yeye mwenyewe.

je ina kuhusu siku za usoni? Mlezi / mlewa katika uhusiano wao inaweza kuendelea hata kufikia muda wa siku nyingi. Mlezi anapaswa kila wakati kuwasiliana na mlewa.

Kupigiana simu mara kwa mara na pia barua pepe ili tu kudumu kwenye muunganiko. Mlewa anapaswa kujua kuwa wana mlezi wa siku zote. Wana mtu ambaye wanaweza kumguza na kuwasiliana mara kwa mara.

RASLIMALI YA MLEZI

Spiritual Disciplines by Grace Communion International
https://www.gciorg/spiritual/discpline

Access online Bible Studies by Randol house publication   https://www.accessbible

Vitabu vilivyo tafsiriwa na kuandikwa na
Daktari Roy Harris
Na kutafsiriwa na Pastor Anthony
Lusichi Mbukhista
Sanduku la posta 4727-30100
ELDORET
Nambari ya simu ni
+254728002508

NI KAMA ZIFUATAZO

- MSAADA KWA FAMILIA
- ONGOZA KWA UAMINIFU
- MALEZI YALIYO NA HISIA NJEMA

www.ingramcontent.com/pod-product-compliance
Lightning Source LLC
Chambersburg PA
CBHW061721020426

42331CB00006B/1028

9 780997 281668